NHỮNG NĂM THÁNG VÔ TÌNH

Nhưng năm tháng vô tình
Nguyễn Duy Vinh
Bìa: Uyên Nguyên Trần Triết
Dàn trang: Đỗ Huỳnh Đăng Ngọc
Nhân Ảnh xuất bản 2023
ISBN: 979-8-8690-4968-1

NGUYỄN DUY VINH

GHI LẠI NHỮNG TẢN MẠN THEO DÒNG THỜI GIAN

NHỮNG NĂM THÁNG VÔ TÌNH

NHÂN ẢNH 2023

LỜI MỞ ĐẦU

Quý độc giả thân mến,

Sau ngày tôi về hưu năm 2008, tôi có nhiều thì giờ rảnh rỗi hơn nên lúc đó tôi mới tập tành viết lách. Lúc đầu, tôi thực hiện một cái blog dành riêng cho các cựu học sinh lớp B4 trường trung học Nguyễn Trãi – Sài Gòn trong đó tôi kể lại những sinh hoạt hàng ngày của tôi, trong lúc tôi còn đang dạy học ở xứ Cameroun. Dần dà tôi làm thêm nhiều công việc khảo cứu về các đề tài dính líu đến những vấn đề Việt Nam như vấn đề tham nhũng, vấn đề biển Đông và gần đây nhất là vụ cá chết hàng loạt dọc ven biển Việt Nam gây ra bởi nhà máy làm thép ở Hà Tĩnh tên là Formosa Steel Corporation. Sau này khi về lại Canada, tôi tiếp tục đóng góp nhiều bài trên Đặc San Đất Lạnh của cựu sinh viên đại học Laval (Québec, Canada) và Đặc San Nguyễn Trãi. Và tôi tiếp tục gửi bài cho các báo trên mạng như *bauxite VN, Dân Luận, Anh Ba Sàm (nay đã đóng cửa), Báo Tiếng Dân, dcvonline, Thời Báo Boston,* và các báo tiếng Pháp ở Canada như *báo Le Devoir, báo La Presse* và tờ *Mindfulness Bell* xuất bản ở California (USA) …

Thấm thoát mà sau 15 năm kể từ ngày về hưu, tôi đã viết được cả thảy 34 bài. Một người bạn cũ cùng học ở Laval có đọc được bài tôi viết trên Đặc San Đất Lạnh và trên các báo trên mạng đề nghị tại sao tôi không gom hết tất cả những bài này thành một tập sách. Và chính vì đề nghị này mà tôi đã gom cả thảy 34 bài viết vào tập sách mà bạn đang có trong tay.

Tôi cũng mong rằng tập sách "Nhưng Năm Tháng Vô Tình" này sẽ làm bạn thích thú khi đọc nó. Tựa đề "Nhưng Năm Tháng Vô Tình" là tôi nhại theo bài hát "Hạnh Phúc Lang Thang" của tác giả Trần Ngọc Sơn. Thật ra tôi nghĩ chỉ vì "Lòng Người Cũng Vô Tình" nên mình mới cảm thấy năm tháng cũng vô tình luôn.

Tôi xin tạm ngừng bút và mong rằng những bài viết trong tập sách nhỏ này, tuy là:

Lời quê chắp nhặt dông dài,

Mong rằng:

Mua vui cũng được một vài trống canh

Nguyễn Duy Vinh kính đề

MỤC LỤC

GIẢI THÍCH HIỆN TƯỢNG CẦU VỒNG

Ông Aristote (thế kỷ thứ 4 trước Tây lịch) có thể được xem là nhà khoa học kiêm triết gia đầu tiên nghiên cứu về cầu vồng (arc-en-ciel, rainbow). Thuyết của ông giải thích một cách đơn giản sự cấu tạo của cầu vồng qua sự phản chiếu của mặt trời trên những đám mây. Mãi đến thế kỷ thứ 13 sau Tây lịch mới có người thứ hai là nhà thông thái người Anh nổi tiếng, ông Roger Bacon, đo được góc 42 độ của cầu vồng chính (ngoài cầu vồng chính, thỉnh thoảng chúng ta còn thấy một cầu vồng thứ nhì mờ hơn và nằm cao hơn cầu vồng chính, xem hình trên đây). Và đây là 2 tấm hình cầu vồng một người bạn tôi vừa chụp tuần này ở Îles de la Madeleine (Québec, Canada) và tôi vừa nhận được hôm nay, 05 tháng 11 năm 2021:

Đến năm 1304, người ta mới có một lời giải thích tương đối chính xác hơn về cầu vồng từ bài viết của nhà thần học Đức là ông Théodoric de Freiberg. Ông này quả quyết cầu vồng được tạo thành bởi những giọt nước mưa và ánh sáng mặt trời nhưng ông không chứng minh được cấu trúc hình học cũng như giải thích được màu sắc của cầu vồng.

Mãi đến năm 1637, khi ông triết gia kiêm vật ký gia lỗi lạc người Pháp René Descartes xuất bản quyển Discours des météores (sau quyển Discours de la méthode), người ta mới biết được một cách chính xác sự cấu tạo của cầu vồng qua những định luật quang học như luật khúc xạ (réfraction) và luật phản xạ (réflexion) của ánh sáng. Thế nhưng phải đợi đến thế kỷ thứ 17 khi ông Newton ra đời, sự hiểu biết về cầu vồng mới thực sự được gọi là thấu đáo qua những cuộc thí nghiệm độc đáo của ông Newton (ông dùng kính lăng trụ và cho thấy mặt trời là tổng hợp của nhiều màu khác nhau).

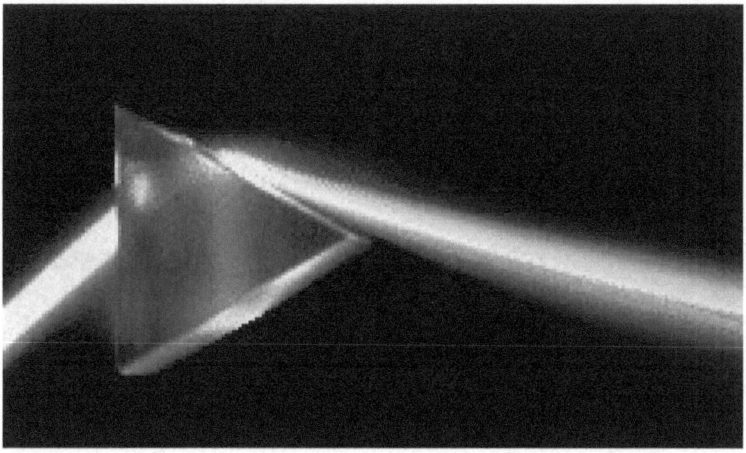

Cầu vồng là gì bố ơi? (Bố nói với con: để Bố yên, ra mà hỏi Mẹ mày)

Cầu vồng là một hiện tượng quang học có mặt khi ánh sáng mặt trời chiếu vào một màn nước. Ánh sáng mặt trời đi qua giọt nước mưa cũng giống như đi qua kính lăng trụ của ông Newton. Trước hết ánh sáng bị lệch đi vì nước có chiết xuất (indice de réfraction) lớn hơn không khí. Sự lệch đi này được gọi là khúc xạ (réfractée). Đường ánh sáng lệch mới sẽ phản chiếu bên trong giọt nước (giống như phản chiếu trên một cái gương) chạy theo đường mới. Sự phản chiếu này được gọi là phản xạ (réfléchie). Và vì ánh sáng gồm nhiều màu khác nhau và vì mỗi màu có độ dài sóng khác nhau (đưa đến chiết xuất khác nhau của từng màu), chúng sẽ chui ra khỏi giọt nước theo những đường khác nhau. Tia màu xanh thì đi ra với góc 40.5 độ so với ánh sáng mặt trời chiếu tới trong khi những tia màu đỏ đi ra với góc 42.4 độ. Hình dưới đây (lấy trên mạng của một đại học Pháp) giải thích rất rõ ràng đường đi của ánh sáng qua giọt nước và góc A là góc mỗi màu chui ra khỏi giọt nước.

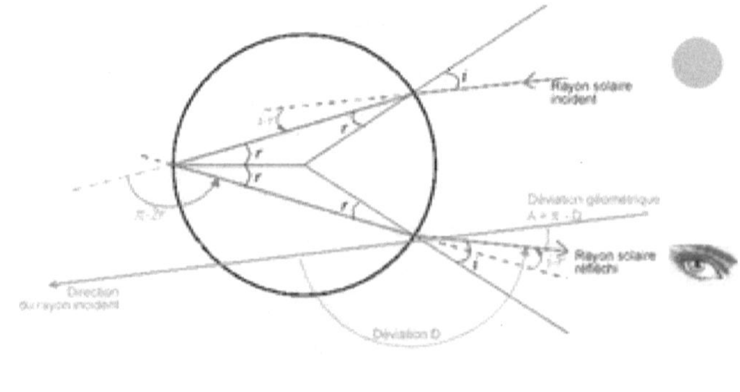

Và cứ như vậy, những hạt mưa trên cao gửi đến mắt bạn những tia có góc ra (A) lớn trước (xin xem hình dưới đây) trong khi những tia màu xanh có góc ra bé hơn sẽ được gửi đến mắt bạn bởi những hạt mưa thấp hơn. Và tuần tự trong màn mưa đó mắt bạn sẽ nhìn thấy một cầu vồng nhiều màu sắc với màu đỏ trên cùng và màu xanh dưới đây.

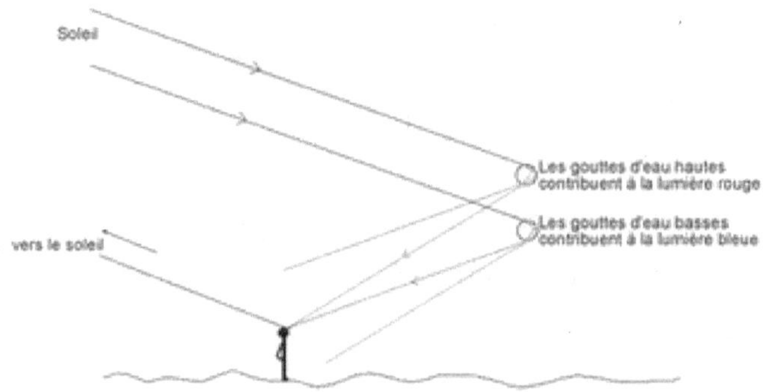

Cầu vồng hình vòng cung?

Vì góc ra là một góc cố định cho mỗi hạt nước được chiếu và người đứng nhìn cầu vồng cũng cố định, những gì mắt ta thấy được (từ hầu như một điểm) là một vòng cung, một phần của một hình tròn chính xác, với mắt ta là điểm hội tụ của một hình nón (cône). Hình dưới đây giải thích thêm tại sao mắt ta thầy cầu vồng hình vòng cung.

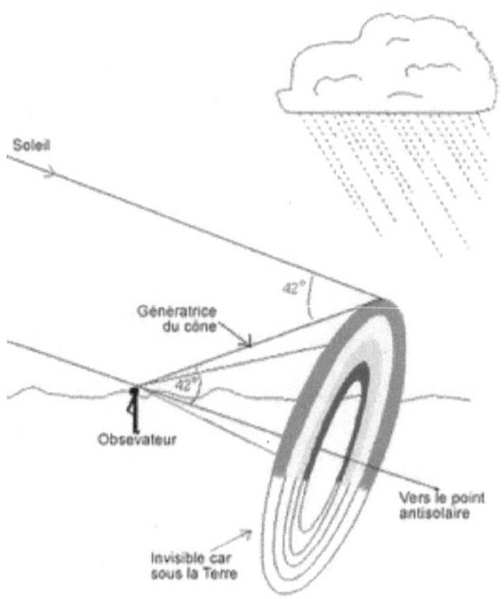

Cầu vồng thứ hai?

Đúng thế, có cầu vồng thứ hai mờ hơn cầu vồng thứ

nhất. Rất dễ hiểu, bạn chỉ việc lấy hình chỉ đường đi của ánh sáng ở phần trên bài viết này và thử vẽ những ánh sáng chui vào giọt nước ở phần bán cầu dưới, bạn sẽ tìm ra là những tia này sẽ phản xạ hai lần trước khi chui ra khỏi giọt nước về phía trên. Góc ra lần này là khoảng 51 độ so với đường ánh sáng đến từ mặt trời (thay vì 42 độ) và các tia đỏ sẽ đến mắt từ phần dưới trong khi các tia xanh sẽ được nhìn thấy phía trên. Vì vậy cầu vồng thứ nhì này hình sắc ngược lại so với cách diễn bày trên mắt của cầu vồng thứ nhất.Vì bị phản xạ hai lần, những hình sắc đi ra mờ hơn nên cầu vồng này không được sặc sỡ bằng cầu vồng chính (arc-en-ciel primaire). Giữa hai cầu vồng mắt chúng ta nhiều khi thấy bầu trời có màu xám hoặc tối và phần này có mặt là vì ánh sáng tranh nhau đi ra (trên hoặc dưới), mấy tia ở khúc giữa (gần đường xích đạo của giọt nước) nhiều khi không ra được (phản xạ rất nhiều lần) hoặc ra khó khăn hơn và tạo ra một màn đen giữa hai cầu vồng (còn được gọi là những hình tiếp nối (bandes) Alexandre).

Trên thực tế còn có cả trăm cầu vồng khác gọi là cầu vồng dư thừa?

Ông Thomas Young là nhà khoa học người Anh tốt nghiệp đại học Göttingen (Đức Quốc) là người đầu tiên chứng minh là ngoài hai cầu vồng chính và phụ mà chúng ta vừa giải thích, còn có hằng hà xa số những cầu vồng mờ hơn mà mắt thường khó nhận thấy và ông gọi tên những cầu vồng này là cầu vồng dư thừa (arcs surnuméraires). Những cầu vồng này có được là vì ánh sáng không chỉ đi bằng đường thẳng mà ánh sáng còn đi ngoằn nghoèo như một cơn sóng lên xuống nhấp nhô uốn lượn (ondulatoires). Các bạn muốn biết thêm về đề tài này xin tham khảo thêm qua những sách về quang học sóng lượng tử (optique ondulatoire).

Nói tóm lại cầu vồng là một hiện tượng quang học, hay nói đúng hơn nữa cầu vồng là một ảo ảnh quang học (illusion optique) cảm nhận được bởi cặp mắt thần diệu và vô cùng quý báu của chúng ta. Cầu vồng không là một vật thể mà chúng ta có thể sờ mó được. Cầu vồng phi vật chất. Cầu vồng là một biểu hiện (manifestation) tuyệt vời mà tạo hoá đã dành cho chúng ta. Cái biểu hiện mong manh ấy tùy vào nhiều điều kiện để hiện hữu, vì vậy cầu vồng là một hiện tượng vô ngã (tức là không có cái ngã đồng nhất bất biến, sans aucune identité propre). Rủi cơn mưa ngừng hay một cơn gió mạnh thổi qua, cầu vồng sẽ biến đi, cầu vồng vì vậy cũng là một hiện tượng vô thường. Vô ngã là chỉ cho không gian, vô thường là nói về thời gian, vì vô ngã nên mới có vô thường. Và vì vô ngã và vô thường, những giây phút ta được ngắm cầu vồng ấy rất mong manh. Lần tới khi bạn nhìn thấy cầu vồng, bạn hãy dừng lại, chấm dứt mọi công việc mà bạn đang làm và lặng lẽ chú tâm thưởng thức và uống từng hớp cái vẻ đẹp mong manh ấy.

(phỏng theo "Les voies de la lumière" của Giáo Sư Trịnh Xuân Thuận)

(bài viết từ năm 2010)

ĐỐ VUI ĐỂ HỌC
CHUYỆN CÂY NẾN

Đố vui để học

"Theo các sách vở kể lại, cây nến mà chúng ta dùng khi bị cúp điện hoặc khi thắp lên trên một cái bánh mừng sinh nhật, nghe đâu đã được phát minh từ vài thế kỷ trước Thiên Chúa giáng sinh (Tây lịch). Đây là một phát minh thần kỳ. Câu đố vui để học kỳ này là:

1. tại sao ở chân bấc nến, lửa có màu xanh?

2. tại sao có vòm lửa màu vàng phía trên phần lửa màu xanh?

3. tại sao ngọn lửa lại có hình nón (viên chùy) mà không là hình tròn?

4. nếu lỡ các phi hành gia đang sống trong trạm thuyền không gian (space station) ngày nay đang quay ngoài và chung quanh trái đất bị cúp điện, các ông/bà ấy có dùng nến được không khi đêm tối tắt đèn?"

Đây là câu trả lời:

Cây nến chúng ta có ngày nay gồm hai phần rõ rệt: 1. phần ngoài gọi là sáp nến có dạng một thỏi hình viên trụ (cylindre, tự điển Đào Duy Anh) giống như dạng cây mía hoặc thân tre hoặc khúc gỗ của cây chổi dùng quét nhà, và 2. một tim (hay bấc) đèn nằm bên trong.

Sáp nến được làm từ chất paraffine (thạch lạp) là một biến chất lấy từ dầu hoả (ngày nay) hoặc từ sáp mật ong hoặc cặn dầu dừa (ngày xửa ngày xưa). Tim đèn là một chùm giây quấn chéo vào nhau, làm từ sợi bông vải. Khi chúng ta đốt nến, lửa từ que diêm làm tan chất sáp cứng chung quanh tim đèn, chất sáp lỏng bắt đầu thấm vào tim đèn và chạy dọc theo và lên trên tim đèn nhờ vào một hiện tượng vật lý còn được gọi là mao tế quản (dịch từ tiếng Pháp chữ capilarité, cũng giống như hiện tượng nước len lỏi trong cành cây để nuôi cây). Khi đến ngọn lửa mồi thì chính chất lỏng này sẽ biến thành hơi (vapeur) và chính hơi sáp bốc cháy vì sức nóng do ngọn lửa mồi sinh ra. Sự lên thẳng của chất sáp lỏng theo tim đèn tiếp tục làm mồi cho ngọn lửa và giữ cho đèn cầy tiếp tục cháy. Tuy nhiên lực đưa chất sáp lỏng lên tim đèn không đủ mạnh để đưa sáp lỏng lên kịp đầu tim đèn mãi mãi nên đầu tim đèn sẽ phải cháy bớt và cụt đi, cùng lúc với nến cũng cụt dần và cứ như thế nến tiếp tục cháy và cụt dần cho đến lúc ngừng cháy khi hết sáp.

Bây giờ chúng ta hãy quay lại ngọn lửa trên đầu nến. Chúng ta nhận xét được hai phần. Phần dưới tim đèn (chỗ gốc tim tiếp xúc thẳng với sáp lỏng), có một vùng ánh sáng màu xanh trong. Chổ này là chỗ sáp từ lỏng biến thành hơi (vapeur) và chính sức nóng của lửa làm hơi sáp bộc cháy. Cháy đây tức là một phản ứng hoá học, sáp hơi phản ứng với oxygen trong không khí và biến thành nước (H2O) và ốc xít than (oxydes de carbone, CO lẫn lộn với CO2) và phản ứng hoá học này phát ra không những nhiều nhiệt (các sinh viên một trường đại học Bỉ đã đo nhiệt độ bằng phương pháp giây kim loại thermocouple và ở chỗ này nhiệt độ lên đến 500 độ C! chớ có dại cho tay vào đây!) mà còn đồng thời gây ra sự phóng khí carbon (émission de gaz carbonique) và chính sự phóng khí carbone này sinh ra (phát quang) ánh sáng xanh trong vắt ở chân nến. Phía trên vùng ánh sáng xanh này, đầu tim đèn, là nơi mà sự đốt hơi sáp thành hình. Nơi đây ngọn lửa vàng rực màu da cam, là màu của những phân tử carbon bị đốt và phát quang ra màu vàng rực rỡ đó. Ở chỗ ngọn lửa vàng này, sinh viên đại học Bỉ đã đo được một nhiệt độ khoảng 800 độ C.

Ngọn lửa sở dĩ có hình nón đầu nhọn hoắc là vì có...trọng trường của quả đất. Nếu không có trọng trường thì ngọn lửa sẽ có hình tròn và sẽ tắt ngấm. Trên quả đất, hơi nóng (nhẹ) bay lên trên. Oxygen từ không khí xung quanh nến (lạnh hơn và nặng hơn) sẽ chui vào từ chân tim đèn do sức hút tạo ra bởi sự lên thẳng của hơi nóng biến thành một luồng gió tự nhiên liên tục chạy dọc theo tim đèn (tiếng Pháp: convection naturelle) và theo ông khoa học gia người Pháp Lavoisier thì vì không có gì tự nó tạo ra hoặc tự nó biến mất được ("Rien se crée ni se perd"), nên oxygen cháy cùng với sáp hơi bay lên dưới dạng hơi ốc-xít các-bon phải có oxygen từ ngoài vào thay thế. Và cứ thế ngọn lửa to vàng rực đầu tim đèn sẽ bớt to dần cho đến đầu ngọn lửa lúc đó sáp hơi cũng vừa cháy hết.

Ngoài quả đất, trong phi thuyền không gian nơi không

còn trọng trường của quả đất (apesanteur), nến có thể đốt được khoảng vài giây đầu. Sau đó vì không có trọng trường, ngọn lửa sẽ có hình tròn lúc đầu và được vài giây thì tắt ngấm vì không có luồng gió tự nhiên (convection naturelle) nói trên đưa hơi sáp nóng lên để được đốt liên tục.

Chính luồng gió tự nhiên này làm nguội tim đèn và giữ cho tim đèn không bị cháy rụi mà chỉ cháy ở đầu tim vì sáp lỏng không lên kịp để biến thành hơi như nói từ đầu bài.

Yaoundé cuối mùa xuân năm 2011 (phỏng theo "Les voies de la lumière - Physique et métaphysique du clair-obscur", tác giả là khoa học gia người Việt, Giáo Sư Trịnh Xuân Thuận), Collection Folio-Essais, Gallimard, 2008

ĐỐ VUI ĐỂ HỌC
TUỔI QUẢ ĐẤT

Tuổi quả đất (tuổi đá buồn)

Hỏi trăng mấy tuổi trăng già...

Bạn hiền thân,

Như đã hứa, tôi xin trả lời những câu hỏi đố vui để học tuần trước.

Tuổi quả đất (tuổi đá buồn) đã được nhiều người sống trên hành tinh xanh đó ước lượng, hoặc tính toán, hoặc dùng phương pháp thí nghiệm.

Bắt đầu phải kể đến ông Giám mục người Ái Nhĩ Lan (James Ussher), ông này nghiên cứu Thánh Kinh và quả quyết trong quyển Annals of the Old Testament (năm 1650) là quả đất đã được Chúa tạo ra vào ngày 23 tháng 10 năm 4004 trước Tây lịch. Tức là nếu ta cộng thêm vào đó 2010 năm từ lúc Tây lịch bắt đầu, tuổi quả đất chỉ có vỏn vẹn 6,014 năm.

Phải đợi mãi đến năm 1715, nhà thiên văn học người Anh Edmond Halley đề nghị một phương pháp tính tuổi quả đất khá độc đáo nhưng không dễ có kết quả. Theo ông, nếu bạn biết được số lượng muối tổng cộng trong biển (TS) và số lương muối mà biển nhận được mỗi năm (YS) thì bạn chỉ việc chia TS cho YS là bạn biết được tuổi đại dương và theo ông Halley cũng sẽ không xa tuổi của quả đất. Chưa thấy ai áp dụng phương pháp này.

Một khoa học gia Pháp, Georges-Louis Leclerc (Comte de Buffon), tuyên bố (không có chứng minh) là tuổi quả đất theo ông ước lượng khoảng từ 75 ngàn năm đến 168 ngàn năm. Riêng ông Charles Darwin, trong lúc nghiên cứu về tuổi các khu rừng bên Anh, ước lượng tuổi quả đất vào khoảng 306,662,400 năm.

Cùng thời với ông Darwin có một câu học trò vô cùng thông minh, cậu William Thomson (và sau này được nữ hoàng Anh phong chức Lord với tên mới là Lord Kelvin) được nhận vào học đại học Glasgow lúc mới lên 10 tuổi! Ông tốt nghiệp đại học Cambridge lúc vào tuổi đôi mươi (năm anh 20!!!). Ông dùng những phương pháp nhiệt động học, cơ học và từ trường để tính tuổi quả đất và ông thông báo kết quả tính được lần đầu là tuổi quả đất khoảng 98 triệu năm. Đến năm 1897, ông thông báo con số mới và quả quyết lần này tuổi quả đất phải xấp xỉ 24 triệu năm.

Sau Ngài (Lord) Kelvin, có rất nhiều học giả người Anh và Mỹ bắt đầu nghiên cứu về tuổi quả đất. Ông Samuel Haughton, một địa chất học của trường nổi tiếng thời bấy giờ, Trinity College, ước lượng 2300 triệu năm. Sau đó đồng nghiệp ông tên John Joly lên tiếng với con số 89 triệu năm. Ông George Becker ở Mỹ với 55 triệu năm v.v...

Và quả đất chúng ta may mắn có được sự ra đời của ông Ernest Rutherford, một vật lý gia hạt nhân người Tân

Tây Lan (ông Rutherford về sau di dân sang Canada và tiếp tục dạy học và nghiên cứu tại đại học nổi tiếng McGill ở Montréal). Ông là cha đẻ thuyết phóng xạ của vật chất. Vật chất phóng xạ và tự biến hoại (decay) và thời gian biến hoại (decay time) có thể được đo rất chính xác với những chất như chất nguyên tử Uranium (chất này biến hoại với thời gian và trở thành chì). Ông dùng kết quả nghiên cứu của mình để định tuổi của vài chất trên quả đất. Ông đem kết quả này sang trình trong một cuộc hội thảo ở Anh hôm đó có ông Kelvin đi nghe. Nhưng vì quá tin vào lý thuyết của mình, ông Kelvin đã để mất một cơ hội quý báu học hỏi điều mới và ông đã cứng đầu ôm chặt lấy con số 24 triệu năm mà ông đã thông báo.

Thuyết phóng xạ của Rutherford như sau này chúng ta biết, đã làm một cuộc cách mạng trong giới khoa học hạt nhân và đã giúp một sinh viên trẻ tuổi tìm được rất chính xác tuổi quả đất (tuổi đá buồn!).

Chàng sinh viên trẻ theo học cao học tại đại học Chicago đó chính là Clair Patterson (tên giống con gái nhưng lại là con trai, có nhiều sách nhầm gọi anh là cô Patterson!). Anh này xin làm luận án với ông giáo sư Harrison Brown và dùng phương pháp định tuổi đá cuội của thầy mình để định tuổi quả đất. Một luận án đã kéo dài 7 năm (từ năm 1946 đến 1953), sau bao nhiêu ngày tháng kiên nhẫn và xử dụng những máy móc tinh vi tối tân nhất của phòng thí nghiệm Argonne National Laboratory, anh sinh viên trẻ này công bố kết quả trong một hội thảo ở Wisconsin là tuổi (nhất định) của quả đất là 4,550 triệu năm (= 4.55 tỉ năm = 4,550,000,000 năm).

Ông Patterson trong lúc đi tìm những hòn đá cuội trên khắp thế giới (nghe nói có rất nhiều đá cổ bên Úc) và đem về tính tuổi qua phương pháp tính isotope của chì trong đá cuội (của thầy mình), ông tìm ra là trong không khí chúng ta thở (nhất là ở Mỹ vào thời điểm đó) có rất nhiều chì! Ông tìm ra là trước năm 1923, bầu không khí của quả đất không có một gợn chì và số lượng chì trong không khí tăng nhanh từ lúc đó (đúng vào lúc con người bắt đầu ồ ạt dùng xe hơi có động cơ nổ). Ông lên tiếng kêu gọi chính quyền Mỹ về khám phá này. Ông đã bị các hãng bào chế xăng xe hơi và dầu khí ở Mỹ chống đối và họ làm áp lực để ông bị sa thải khỏi đại học và bị cắt tiền nghiên cứu. Tuy nhiên ông vẫn kiên trì tranh đấu. May thay nước Mỹ là nước dân chủ và cuối cùng khoa học (tức là sự thật) đã thắng. Năm 1970, nước Mỹ là nước đầu tiên có Clean Air Act và ngay sau năm 1986, khi chính phủ Mỹ cấm không cho bán xăng có chì, số lượng chì trong không khí ở Mỹ đã giảm đi 80% ngay năm sau đó.

Ông Patterson chết năm 1995 và ông đã không bao giờ được giải Nobel về những khám phá của mình.

(phỏng theo một tác phẩm của Bill Bryson), đầu mùa mưa tháng 04 năm 2010, Yaoundé

ĐỐ VUI ĐỂ HỌC
TẠI SAO TRỜI MÀU XANH?

Bố ơi tại sao trời màu xanh? (Bố: con hãy để Bố yên, ra mà hỏi Mẹ mày!)

Người Mỹ hay người Anh khi lên cơn buồn, họ nói "I have the blues". Lúc mình buồn mà mình có bầu trời xanh vào những hôm nắng đẹp, trời không một gợn mây, có thể nỗi buồn của mình sẽ tan biến. Bầu trời xanh như thế có khả năng xoa dịu tâm hồn sầu não của chúng ta.

Tại sao trong những ngày nắng đẹp không mây, ta lại thấy màu xanh của bầu trời? Chúng ta có thể tự lý luận như sau. Nếu nguồn ánh sáng xanh ấy được phát ra từ bầu khí quyển quanh quả đất thì trên nguyên tắc chúng ta cũng sẽ thấy màu xanh ấy khi đêm về. Điều này không xảy ra vì ban đêm bầu trời đen như mực. Vậy màu xanh ấy chỉ có thể thấy được vào ban ngày, tức là phải đến từ hoặc nhờ vào ánh sáng mặt trời. Thế nhưng ánh sáng mặt trời lại không xanh mà lại sáng loà trắng xoá. Ông Newton là người đầu tiên dùng kính lăng trụ (prisme, xem hình kèm) và chứng minh cho ta thấy là ánh sáng mặt trời là tổng hợp của rất nhiều màu (tất cả các màu). Như vậy để cho bầu trời có màu xanh (mà không phải màu trắng), chắc là đã có một cái máy lọc thần diệu nào đó lọc đi tất cả các màu khác như màu đỏ màu vàng vân vân...và chỉ để màu xanh ở lại nhảy múa trên cả bầu trời để mắt ta chiêm ngưỡng.

Công việc lọc ánh sáng này chỉ có thể được thực hiện bằng hai cách: hoặc bằng cách hấp thụ (nôm na là thấm hút vào, giữ vào, tiếng Tây là absorption), hoặc bằng cách phân tán (nôm na là làm tứ tán hoặc tản mạn đi, tiếng Tây là diffusion).

Các nhà quang học chứng minh là bầu khí quyển chung quanh quả đất không có khả năng thu hút mà chỉ có khả năng phân tán. Và họ đi đến kết luận rằng chính sự làm phân tán trong khắp mọi chiều những tia sáng có độ dài sóng ngắn (như những tia màu xanh) đến từ mặt trời đưa đến màu xanh của bầu trời mà mắt ta nhìn được.

Đến đây có nhiều người lại đưa ra vài giả thuyết: hay là tại bụi trong không khí, hay là tại những phân tử nước trong không khí? Câu trả lời vô cùng khẳng định của các khoa học gia là không và sự tìm tòi của họ đưa đến câu trả lời cuối cùng: chính những hạt (phân tử) không khí nhỏ tí ti là cái máy lọc mầu nhiệm cho chúng ta bầu trời xanh. Những phân tử không khí này (molécules d'air) có khả năng làm phân tán tất cả những tia nắng có độ dài sóng ngắn (nhất là tia màu xanh). Trong khi tất cả những tia có màu khác được cho qua dễ dàng, các phân tử không khí yêu lấy yêu để các anh tia màu xanh và phân tán các tia này khắp mọi chiều, cũng như chỉ muốn nhảy múa với các anh tia màu xanh này thôi, biến cả bầu không khí quanh quả đất thành một cái máy lọc vô cùng lớn trong đó chỉ có **tia màu xanh được phân tán đi tứ tung khắp mọi nơi.**

(phỏng theo quyển: Les voies de la lumière, tác giả: Giáo Sư Trịnh Xuân Thuận)

NGÀY TỰU TRƯỜNG

(một số bài do Nguyễn Duy Vinh sưu tầm, riêng tặng Đỗ Đức Viên)

Trong lúc chưa tìm được nguồn cảm hứng để viết một bài về mùa thu, tôi có thu nhặt được một số bài do các nhà văn nổi tiếng viết hoặc dịch và tôi xin lần lượt trình bày dưới đây với mục đích duy nhất là cố đem đến cho người đọc một vài giây phút thoải mái.

Bài đầu tiên là bài thuộc loại "classique" nổi tiếng của Thanh Tịnh, bài "Tôi đi học"

Hằng năm cứ vào cuối thu, lá ngoài đường rụng nhiều và trên không có những đám mây bàng bạc, lòng tôi lại nao nức những kỷ niệm hoang mang của buổi tựu trường.

Tôi không thể nào quên được những cảm giác trong sáng ấy nảy nở trong lòng tôi như mấy cành hoa tươi mỉm cười giữa bầu trời quang đãng.

Những ý tưởng ấy tôi chưa lần nào ghi lên giấy, vì hồi ấy tôi không biết ghi và ngày nay tôi không nhớ hết. Nhưng mỗi lần thấy mấy em nhỏ rụt rè núp dưới nón mẹ lần đầu tiên đến trường, lòng tôi lại tưng bừng rộn rã.

Buổi sáng mai hôm ấy, một buổi mai đầy sương thu và gió lạnh. Mẹ tôi âu yếm nắm tay tôi dẫn đi trên con đường làng dài và hẹp. Con đường này tôi đã quen đi lại lắm lần, nhưng lần này tự nhiên tôi thấy lạ. Cảnh vật chung quanh tôi đều thay đổi, vì chính lòng tôi đang có sự thay đổi lớn: Hôm nay tôi đi học.

Bài tiếp là bài "La rentrée des classes" của văn hào Anatole France, xin xem bài dịch phía dưới.

Je vais vous dire ce que me rappellent, tous les ans, le ciel agité de l'automne et les feuilles qui jaunissent dans les arbres qui frissonnent, je vais vous dire ce que je vois quand je traverse le Luxembourg dans les premiers jours d'octobre, alors qu'il est un peu triste et plus beau que jamais, car c'est le temps où les feuilles tombent une à une sur les blanches épaules des statues.

Ce que je vois dans ce jardin, c'est un petit bonhomme qui, les mains dans ses poches et sa gibecière au dos, s'en va au collège en sautillant comme un oiseau. Ma pensée seule le voit, car ce petit bonhomme est une ombre: c'est l'ombre du moi que j'étais il y a vingt-cinq ans.

...Maintenant qu'il n'est plus, je l'aime bien. Il était bien étourdi, mais il n'était pas méchant et je dois lui rendre cette justice qu'il ne m'a pas laissé un seul mauvais souvenir. Il est bien naturel que je le regrette... et que mon esprit s'amuse à en

ranimer son souvenir.

Il y a vingt-cinq ans, à pareille époque, il traversait, avant huit heures, ce beau jardin pour aller en classe. Il avait le cœur un peu serré: c'était la rentrée.

Pourtant, il trottait, ses livres sur son dos et sa toupie dans sa poche. L'idée de revoir ses camarades lui remettait de la joie au cœur. Il avait tant de choses à dire et à entendre!... Et puis c'est si bon de retrouver des camarades.

Combien il lui tardait de revoir Fontanet qui, pas plus gros qu'un rat et plus ingénieux qu' Ulysse, prenait partout la première place avec une grâce naturelle!...

C'est ainsi qu'il traversait le Luxembourg, dans l'air frais du matin.

Tout ce qu'il voyait alors, je le vois aujourd'hui. C'est le même ciel et la même terre! Lui seul n'est plus.

... C'est pourquoi, à mesure que je vieillis, je m'intéresse de plus en plus à la rentrée des classes...

Bài dịch tôi không biết tên tác giả, tìm được trên mạng:

Tôi sẽ nói với bạn điều mà hằng năm làm cho tôi nhớ lại, đó là bầu trời mùa thu vần vũ, những bữa ăn tối dưới ánh sáng ngọn đèn và những chiếc lá bắt đầu vàng trên hàng cây lay động ; tôi sẽ nói với bạn điều mà tôi trông thấy khi tôi băng ngang khu vườn Lục-xăm-bảo (Luxembourg, Paris VI) trong những ngày đầu tháng mười ; lúc bấy giờ khu vườn hơi buồn và đẹp hơn bao giờ hết ; vì đó là lúc lá vàng rơi từng chiếc trên bờ vai trắng của những pho tượng. Điều mà tôi thấy lúc bấy giờ trong khu vườn ấy, đó là một cậu bé, hai tay thọc vào túi, và cặp da trên lưng, đi tới trường vừa nhảy nhót tung tăng như một con chim sẻ. Chỉ có trí tưởng của tôi trông thấy cậu bé ấy mà thôi ; vì cậu bé ấy, chính là một cái bóng ; đó là cái bóng của chính tôi cách đây hai mươi lăm năm.

...Cách nay hai mươi lăm năm, cùng lúc này, cậu bé ấy băng ngang khu vườn xinh đẹp kia trước tám giờ để tới trường. Cậu ta cảm thấy lòng se thắt vì hôm ấy là ngày khai trường.

Tuy nhiên cậu ta nhảy tung tăng, sách vở mang trên lưng, và con vụ (con quay) trong túi. Ý tưởng gặp lại bạn bè làm cho cậu ta cảm thấy vui ngay trong lòng. Cậu bé sẽ có biết bao câu chuyện để nói và để nghe.

Thế là cậu bé băng ngang vườn Lục-xăm-bảo trong cái mát mẻ của buổi sáng. Những gì cậu bé trông thấy lúc bấy giờ, hôm nay tôi trông thấy lại.

Cũng cùng khung trời và cùng lối đi, cảnh vật còn giữ linh hồn của ngày xưa, linh hồn đó có làm cho tôi vui, làm cho tôi buồn và làm cho tôi bâng khuâng ; duy chỉ có cậu bé ấy, ngày nay không còn nữa. Vì vậy khi tôi ngày càng già đi, tôi càng quan tâm nhiều hơn tới ngày khai trường.

Và đây là một bài nữa chép từ quyển Tâm Hồn Cao Thượng do ông Hà Mai Anh dịch, bài này hầu hết các bạn ở "đội ngũ" tuổi U70 đều biết:

Hôm nay là ngày khai trường. Mấy tháng hè đã thoáng qua như giấc mộng. Sáng nay, mẹ tôi đưa tôi vào trường Baretti để ghi tên lên lớp ba. Đi đường, óc tôi cứ vơ vẩn đến chốn thôn quê, lấy sự đi học làm ngại. Phố nào cũng thấy nhan nhản học trò. Hai hiệu sách lớn chậtních những phụ huynh vào mua sách vở, giấy, bút cặp da. Cửa trường đông nghịt những người, cảnh binh và người gác cổng phải khó nhọc mới mở được một lối vào.

Vừa bước qua cổng trường thấy một bàn tay vỗ vào vai, tôi giật mình ngoảnh lại thì ra thầy giáo lớp hai tôi học năm ngoái, mái tóc đỏ hoe vẫn để rối, nét mặt vẫn tươi, thầy bảo tôi:

- Enricô ơi! Thầy trò ta từ nay chia tay nhau nhỉ?

Điều ấy, tôi đã nghĩ đến, nay thầy tôi lại nhắc, khiến tôi thêm chạnh lòng ...

Trong một bức thư viết cho con là Enricô, có đoạn dịch thật hay của ông Hà Mai Anh mà tôi nghĩ với tình cảnh quê hương Việt Nam hiện nay, tôi cũng xin chép lại dù nó không liên quan đến ngày tựu trường:

Tại sao con yêu xứ sở của con? Câu hỏi ấy chẳng làm nẩy nở trong óc con biết bao nhiêu là câu trả lời hay sao? Tôi yêu xứ sở của tôi vì mẹ tôi sinh trưởng ở đấy ; vì nguồn máu trong huyết quản của tôi đều là của người ; vì trong khu đất thánh kia đã chôn vùi tất cả những người quá cố mà mẹ tôi thương, mà cha tôi trọng ; vì cái đất mà tôi sinh, thứ tiếng tôi nói, quyển sách tôi học, các em tôi, chúng bạn tôi và một dân tộc lớn chung sống với tôi, cảnh đẹp của tạo hóa bao bọc chung quanh tôi, tóm lại tất cả những sự vật mà tôi đã trông thấy, tất cả những cái gì mà tôi yêu, tất cả những cái gì mà tôi quí, nhất nhất đều thuộc về xứ sở của tôi cả.

Bây giờ còn bé, con chưa hiểu thấu được thế nào là lòng yêu nước. Rồi ra con sẽ biết. Khi du lịch ở xa về, một buổi sáng, đứng tựa bao lan tàu con thấy ở chân trời một dãy núi xanh của xứ con hiện ra, bấy giờ con sẽ thấy tràn lệ cảm ở trong lòng con dâng lên và miệng con buột ra những tiếng kêu mừng rỡ.

Con sẽ cảm thấy tình yêu nước khi con ở nước ngoài chợt nghe thấy một người trong đám thợ thuyền nói tiếng nước con, theo lòng con xui giục, tự nhiên con đến hỏi chuyện người thợ không quen ấy.

Con sẽ cảm thấy tình yêu nước, khi con nghe thấy người ngoại quốc lăng mạ xứ sở con, lòng tức giận sẽ làm cho con nóng mặt.

Con sẽ cảm thấy tình yêu nước mạnh mẽ và tôn đại hơn nữa, nếu một ngày kia, nước địch vô cớ giày xéo vào đất ta ; lúc ấy con sẽ thấy nào cha hôn con khuyên câu "dũng cảm", nào mẹ tiễn con hẹn lúc "khải hoàn".

Con sẽ cảm thấy tình yêu nước khi con trông thấy những đội quân vất vả trở về với những khúc ca chiến thắng.

Con sẽ cảm thấy tình yêu nước khi con trông thấy lá cờ quốc gia (...) bị bắn tả tơi đi đầu một toán người nghĩa dũng, ai nấy đều phô cao cái trán buộc băng hay cái tay bị bó, trong đám đông dân chúng hoan hỉ, người ta ném hoa mừng và hô những lời chúc tụng.

Con ơi! Bây giờ con đã hiểu thế nào là lòng ái quốc. Đó là một điều rất to tát, rất thiêng liêng. Ví một ngày kia, ta trông thấy con về trận được an toàn, nhưng được tin con đã lẩn lút để tránh cái chết, thì cha đây, cha vẫn đón con lúc đi học về bằng tiếng cười vui vẻ, bấy giờ cha sẽ đón con bằng những tiếng khóc xót xa. Cha sẽ không thể thương con được nữa và sẽ đâm tim mà thác cho rồi!

Cha của con

Rồi lại còn bài này thật hay của nhà văn Nguyễn Khắc Mẫn trong quyển truyện ngắn Nỗi lòng (các bạn có thể tìm đọc được cả quyển trên trang mạng Việt Nam Thư Quán):

Mồng một tháng chín tây. Ngày khai trường. Trên đường cái học trò hớn hở cắp sách đi học. Đã hai tháng rưỡi, hôm nay mới lại thấy các cô bé, các cậu bé, họp từng bọn đi với nhau, nói cười vui vẻ. Khác ngày thường, là bên cạnh những bạn trẻ nhanh nhẹn, liến thoắng, ta thấy những học trò ngây ngô, ngơ ngác, rụt rè đi sau ông cụ già hay người lớn tuổi. Đấy là các cậu học trò mới theo cha anh đến trường xin học.

Với những bức tường mới quét vôi lại sáng sủa, với cái sân rộng sạch sẽ, cỏ cắt sát mặt đất, trường có vẻ mới hẳn.

Trong sân trường, vẻ tấp nập lại hiện ra. Các cậu bé chạy, nhẩy, đuổi nhau, gào thét. Các cậu nhớn ra vẻ đứng đắn hơn họp lại từng bọn, nói chuyện về các thú vui của mình trong những ngày nghỉ. Những người mới học một năm ở lớp nhất và thi hỏng kỳ mới rồi, lại bẽn lẽn cắp sách đi học, đứng riêng ra một góc trường. Còn học trò mới thì đứng ngây người ra xem các học trò cũ cười nói nô đùa, ước ao được vào học như họ, hoặc đi lại trước cửa các lớp, nhìn vào những dẫy bàn ghế kê có thứ tự, những địa đồ tranh ảnh treo trên tường.

Tôi xin ngừng đây và sẽ cố gắng tìm cảm hứng để viết

một bài về mùa thu trước khi … tuyết rơi…

Thân ái,

NDV

PS các bạn nào có những bài về ngày tựu trường xin đóng góp thêm nha…

MỘT CHUYẾN ĐI THÚ VỊ

Nếu không có mấy người bạn québecois rủ rê đến đảo để cùng giúp họ tổ chức một khóa tu thiền theo Pháp môn Làng Mai trên đảo thì chắc chúng tôi chẳng bao giờ đi thăm đảo này. Đảo đó có một cái tên rất nhẹ nhàng, hình như đã được một thuyền trưởng hay một chúa đảo nào đó trong quá khứ (tức là cũng gần đây thôi) vì thương nhớ người tình mới đặt cho đảo một cái tên khá thơ mộng Les Îles de la Madeleine.

Hai vợ chồng tôi khăn gói quả mướp lên đường thật sớm để hưởng những ngày thong thả trên đảo trước khi bị (được?) xung công vào khóa tu. Có nhiều cách đến đảo này lắm. Các bạn có thể đi tàu ferry (traversier) hoặc đi máy bay. Đi tàu thì bạn có thể đem cả xe hơi theo và bạn phải lái đến các cảng đỗ như Souris ở Prince Edward Island (PEI) hoặc ở Montréal (và mới đây nghe nói bạn có thể đi từ Trois-Rivières). Mấy chiếc tàu này khá to, đuôi nó có thể mở rộng (giống như loại tàu há mồm của hải quân Hoa Kỳ dùng vào thời điểm di cư năm 54 ở nước ta!) để hành khách đi tàu có thể tự lái xe lên tàu, xin xem hình trên đây.

Còn nếu bạn có ít thời giờ hoặc dư giả tiền tiêu thì có thể đi máy bay như chúng tôi đã làm. Hai vợ chồng chúng tôi đi với Air Canada và chúng tôi bay từ Dorval. Những máy bay của Air Canada chuyên chở hành khách đi đảo là những chiếc máy bay hai động cơ do hãng Bombardier chế tạo. Máy bay có tên Dash 8 (và đa số là Series 300 chở được khoảng tối đa 50 người mỗi chuyến). Xin xem hình bên đây chụp trước khi chúng tôi lên phi cơ:

Máy bay đáp xuống sân bay Havre-Maison vào khoảng một giờ rưỡi chiều và cô Louise (một người bạn mới và cũng là một thành viên của ban tổ chức khóa tu) đã có mặt để đưa chúng tôi về nhà trọ.

Nhà trọ đẹp lắm. Nằm cạnh biển, sừng sững một mình một góc trên đỉnh đồi nhìn ra biển mênh mông. Con người ta trước biển cả bao la bỗng thấy mình nhỏ bé quá. Tôi cứ ngồi cả giờ lặng đi trước khung cảnh hùng vĩ đó. Biển xanh rì bao bọc. Khi gió êm thì biển lặng. Khi gió gào thét từng cơn thì biển trả lời bằng những đợt sóng đập tới tấp vào bờ. Và chính những đợt sóng này là những nguyên nhân gây ra nhiều phiền toái và lo lắng cho người dân trên đảo. Lý do giản dị là những cơn sóng đó đủ sức làm mòn những bờ vách thiên nhiên quanh đảo và làm sụt lở dần những bức tường thiên nhiên này. Với thời gian, nếu không có những phương pháp "trị sóng", dân đảo nghĩ có lúc đảo sẽ không còn vì khi đất hết thì nước biển sẽ tràn ngập khắp nơi. Được bao nhiêu năm nữa có bạn sẽ thắc mắc hỏi. Chúng tôi không có câu trả lời chính xác, có người nói trong vòng một thế hệ nữa thôi...Chúng tôi không dám nghĩ đến chuyện này nhưng đi đâu cũng nhìn thấy nó. "Érosion" là tên gọi của hiện tượng này bằng tiếng Pháp mà cháu bé Ismail, học sinh lớp 5 trường làng École Primaire aux Iris đã lên tiếng cảnh tỉnh chúng tôi khi một câu hỏi đã được đặt ra trước lớp hôm chúng tôi đến thăm trường: qu'est-ce-qui vous concerne le plus les Madelinots?

Tôi xin dán xuống đây vài tấm hình cho thấy sức mạnh của sóng ngày đêm vỗ vào bờ:

Hoặc tấm hình dưới đây chụp vào buổi sáng sớm lúc mặt trời vừa lên, từ nhà trọ của chúng tôi. Cô Linda chủ nhà trọ cho biết ngay là đất nhà cô cũng lở và sụp dần và cô lo không biết lúc nào phải dời nhà hoặc bán đi để mua căn nhà mới xa bãi biển hơn. Chúng tôi rất xót xa khi nghe những lời nói đó. Và tôi cũng được biết dân đảo đã tìm mọi kỹ thuật để giảm bớt sức mạnh của sóng biển. Khi thì chúng tôi thấy họ đổ đá dọc theo bờ biển, khi thì chúng tôi thấy họ dùng những viên xi măng to theo phương pháp người Hy Lạp và Bồ Đào Nha dùng (còn có tên là dollos) như một tấm hình khác dưới đây. Việc đổ đá ven bờ tốn kém lắm. Theo ước lượng thì cứ một cây số đường biển thì tiền tốn có thể lên đến khoảng 100 ngàn đô la (Gia kim). Bạn cứ tính thử với khoảng 300 cây số đường vòng vèo quanh đảo, đổ chừng ấy đá sẽ tốn khoảng 30 triệu đồng. Tiền này không lớn so với số tiền chi tiêu của chính phủ Québec khoảng xấp xỉ 73 tỉ đô la (tức là khoảng 4% tổng số chi tiêu) theo như hồ sơ chính thức của chính phủ cho biết hiện nay:

http://www.budget.finances.gouv.qc.ca/Budget/2013-2014/fr/documents/CoupOeil.pdf

Và đây là hình:

Những ngày kế tiếp trên đảo là những ngày thảnh thơi và thư giãn. Sáng nào sau khi ăn chúng tôi cũng cuốc bộ cả giờ đồng hồ dọc bãi biển. Bãi dài rộng vào mùa này không một bóng người. Gió thổi mạnh từng cơn và nhiệt

độ có hôm xuống khoảng 5 hay 6 độ. Chúng tôi bảo nhau ăn mặc thật ấm. Cũng may nhờ có mặt trời ban cho những tia nắng ấm, gió cách mấy chúng tôi cũng không ngần ngại đi. Trời xanh ngắt không một cụm mây. Sóng vỗ lăn tăn hoặc cuộn thành một khối trắng xóa thoai thoải tiến vào bờ. Hôm nào gió ít thì sóng như có thời giờ ôm lấy bờ, mơn trớn vuốt ve giống như bàn tay yêu thương của người tình đang thoa nhẹ trên thân thể người yêu. Bất chợt lúc ấy tôi cũng nhìn sang vợ nhưng nàng đi nhanh quá làm tôi không bắt kịp để đưa bàn tay lạnh ngắt của mình sang nắm lấy tay nàng. Một cảm giác hụt hẫng xâm chiếm tâm hồn nhưng nó lại thoáng tan đi với tiếng vỗ của một vài cơn sóng lớn, bất chợt làm kẻ bộ hành lòng bỗng bâng khuâng.

Và đây là tôi, người hùng trên biển xanh (xin xem hình).

Hôm nào trời lạnh và ít gió, chúng tôi rủ nhau đi hái những quả canneberges (cranberries), từ điển mới trong nước gọi những quả này là quả nham lê. Những quả dại mọc đầy bãi lau sậy dọc theo bãi biển. Quả nào quả nấy đỏ mọng mọc len lỏi trong đám cỏ lau và sẵn sàng phô trọn tấm thân "kiều nữ" khi người hái vén gạt những cỏ lau đi. Thế là mình chỉ còn đưa hai tay vào bốc, giật, kéo và hốt ra từng chùm nham lê. Không giấy bút nào tả được cái hạnh phúc này. Như là bắt được vàng ấy. Nụ cười của hai đứa chúng tôi trên tấm ảnh dưới đây chứng minh cho điều đó. Bỗng dưng trong đầu tôi lóe lên bài hát mà tôi đã học được trong một khóa tu:

Le bonheur est maintenant

Je laisse tomber tous mes soucis

Nulle part où aller

Et rien à faire

À présent je prends mon temps

Bài hát đưa tôi về với giây phút hiện tại. Giây phút ấy là giây phút tuyệt vời, viên mãn. Tôi lại lẩm bẩm một mình: quá khứ đã qua rồi, tương lai thì chưa tới, giây phút hiện tại này đây mà ta còn không tiếp xúc được thì đúng là mình đang sống với ma.

Những ngày kế tiếp trên đảo, chúng tôi đã được đi xem một khu vườn trồng táo và làm rượu xít (cidre). Hàng trăm hàng ngàn quả táo mọc đỏ chín bám lủng lẳng vào thân cây. Trông bằng mắt là mình đã thèm lắm, chỉ muốn xin được một quả và đưa cả mồm vào ngoạm và cắn từng miếng táo ngon ngọt, nhai luôn cả vỏ. Đây là một hạnh phúc lớn, được sống gần thiên nhiên. Lại còn được ông chủ vườn táo cho nếm món rược xít (cidre) thơm nồng. Uống vào nhưng không dám nuốt chửng, sợ đánh mất đi hương vị táo lên men đang tới tấp chen nhau chui vào từng tế bào lưỡi, tạo cho người uống một cảm giác đê mê khoan khoái.

Rồi việc gì đến sẽ đến, cuối cùng cho một chuyến đi là khóa tu thiền được tổ chức trên đảo Grande Entrée, nằm tận phía bắc của nhóm đảo Madeleine. Đảo Grande

Entrée không xa nhà trọ. Chúng tôi lái xe mất gần một tiếng. Đường đi không khó vì ngăn sông cách núi... Nhưng đường đi thì quá ngoạn mục. Xe lái dọc theo xa lộ 199, một con đường tráng nhựa rộng thênh thang chạy dài tít chân trời, với hai bên là biển xanh rì. Trời xanh quang đãng không một gợn mây. Nhưng mây ở đây thì "chúng nó" đến nhanh lắm và "chúng nó" cũng không bao giờ hỏi ý kiến mình. Trời đang đẹp như thế mà khi chúng tôi đến khu nghỉ mát La Salicorne (nơi có khóa tu) thì mây đã ùn ùn kéo đến. Đây lại là một bài học quý giá về vô thường. Mặt trời nhất định không chịu thua, hắt những tia nắng yếu ớt cuối ngày qua những đám mây. Khi mây thiếu đoàn tụ và bay xa nhau quá, tia sáng xuyên qua được thành từng bó và chiếu xuống mặt biển xanh phẳng lặng. Khung cảnh hùng vĩ quá. Tôi vội ngừng xe và đem máy ảnh ra chụp. Cảnh tượng ấy người trên đảo được xem rất thường và họ có tiếng gọi cho những bó hoa trời làm đó là "des pieds de vent" (dịch nôm na là "chân gió") hay tả cho nó thơ mộng thêm tí nữa là những sợi tơ trời lơ lửng, vất vưởng đang còn lưu luyến những giây phút trần gian. Xin dán xuống đây tấm hình cô Louise gửi tặng (đẹp hơn tấm hình tôi chụp rất nhiều). Lúc đó mình cố gắng quay về với hơi thở để thật sự tiếp xúc được với cảnh tượng thần tiên, nhiệm mầu trong đó mây, gió, tia sáng mặt trời, biển xanh cùng quấn quít vào với nhau mà hiện hữu. Cảnh tượng ấy kéo dài độ mươi mười lăm phút cho đến khi mây đến thật nhiều, rồi mặt trời sửa soạn đi ngủ, và cũng là lúc chúng tôi vào khóa tu.

Khóa tu do người Gia Nã Đại Pháp tổ chức. Tôi phải nói ngay là rất chu đáo. Chương trình sinh hoạt mỗi ngày đã được thông báo từ trước gồm có những giờ thiền ngồi (thiền tọa) và thiền đi (kinh hành hoặc thiền hành ngoài trời). Ăn cơm sáng trưa chiều hoàn toàn trong im lặng và mỗi bận trước khi ăn đều có một anh hay một chị thiền sinh đọc 5 lời quán nguyện (bằng tiếng Pháp). Có những buổi thiền thư giãn, những buổi tập những động tác Yoga hay khí công. Ngoài ra chương trình ngày thứ nhì có Pháp thoại, Pháp đàm và buổi chót của khóa tu có năm anh chị xung phong làm thành viên của một panel chia sẻ về 5 giới cho người tu tại gia. Trước khi ra về, mọi người tụ họp nơi thiền đường (xem hình dưới đây) để chụp một tấm hình lưu niệm. Ai nấy hớn hở chia tay, ôm chầm nhau trong tư thế thiền ôm (và phải thở đủ ba hơi) và chúc nhau những ngày tươi đẹp nhất.

Chúng tôi cũng lại khăn gói quả mướp lên đường và cũng không quên dừng chân ngắm cảnh biển lần chót (xem hình) trước khi về lại nhà trọ.

Buổi tối hôm đó trước khi đi ngủ, chúng tôi lại được những thiên thần của đảo rủ nhau cho chúng tôi thưởng thức màn mặt trời lặn lần cuối trước khi chúng tôi lấy máy bay về lại Montréal. Thật là một chuyến đi thú vị.

Nguyễn Duy Vinh (cuối thu 2013)

CHO TÔI LẠI NGÀY NÀO...

DUYÊN NỢ

Duyên nợ của tôi với người Québecois chắc chắn là đã có từ trước, không biết từ kiếp nào. Những năm sau khi xong trung học đệ nhất cấp, tôi đã được vài bạn cùng lớp rủ nhau đến cư xá Đắc Lộ (Sài Gòn) để ghi học những lớp tiếng Pháp tại đây. Và từ đây tôi bắt đầu được làm quen với những cha Dòng Tên (Jésuites) và những cha Dòng Chúa Cứu Thế (Rédemptoristes) người Gia Nã Đại. Các cha Champoux, Gervais, Gélinas, và sau này Gagnon, Roy, Trépanier... Hiện nay gia đình chúng tôi vẫn còn liên lạc với các cha Gervais và Champoux... Một số các cha lớn tuổi đã vĩnh viễn ra đi như cha Louis Roy, Charles Gagnon và cha Gélinas.

Các cha kể chuyện và cho chúng tôi xem hình ảnh của xứ Québec thường xuyên và tôi đã bắt đầu có cảm tình với cái xứ này (mặc dù chưa biết rõ ràng lúc đó, nhất là các cha không nói nhiều về mùa đông!). Khi hay tin được học bổng Plan Colombo và được đi Canada, việc chọn đại học Laval đến với tôi khá tự nhiên, không đắn đo suy tính...

Chuyến đi cũng dài đăng đẳng. Đi ngả Hồng Kông và ghé Tokyo, Vancouver trước khi đến Ottawa. Chuyến đi của đám sinh viên từ Sài Gòn lúc đó (1966) tụi tôi có 12 đứa. Tôi thì may mắn được ngồi cạnh anh Lê Văn Ngàn (sinh viên xuất sắc học École Polytechnique) trong suốt chuyến bay. May mắn là vì anh Ngàn không ăn được trên máy bay, anh rất dễ bị ói. Thế là tôi một mình một ngựa quất luôn hai phần ăn. Ăn thỏa thích…Hai ngày ở Hồng Kông cho chúng tôi thời gian mua sắm thêm những thứ cần dùng vặt vãnh. Riêng tôi vẫn còn nhớ những chùm nho đỏ quả lớn và ngọt lịm. Tôi mua cả ký đem về khách sạn ăn cho đỡ thèm vì chưa bao giờ được ăn nho tươi thoải mái như thế ở Việt Nam…

POLLACK, JOE LOUIS VÀ BÁNH MÌ CULINA

Những ngày đầu ở Laval là những ngày nhẹ nhàng tươi mát. Lúc đó vào cuối tháng 08, đầu mùa thu. Mùa thu Québec đến sớm hơn vào thời điểm đó. Tôi còn nhớ mình cứ đi bộ thong thả vào những cánh rừng quanh các phân khoa đại học. Lá vàng đỏ tím xanh rực rỡ tung bay trong gió như đưa tay chào đón, vẫy gọi. Lá rụng đầy lối đi. Viết đến đây tôi lại nhớ tới bài hát Cẩn Trọng (nhạc phổ thơ của thi sĩ Nhất Hạnh) xin chép lại để chia xẻ với các bạn:

Qua ngõ vắng

Lá rụng đầy

Tôi đi trên con đường nhỏ

Đất hồng như môi son bé thơ

Bỗng dưng

Tôi cẩn trọng

Từng bước chân đi

Với bầu trời xanh ngát và nắng ấm chói chan, mùa thu Québec vui và rộn rã chứ không buồn như mùa thu ảm đạm của Paris trong vườn Lục Xâm Bảo qua cách tả của Anatole France, hay mùa thu trong thi văn của Thanh Tịnh cứ "mỗi năm lá ngoài đường rụng nhiều" trong đoản văn tuyệt tác Tôi Đi Học.

Những ngày đầu tựu trường chúng tôi những sinh viên Việt Nam cứ tụm năm túm ba với nhau chứ chưa giám lân la làm quen người Québecois. Những sinh viên mẫu mực, nhất là sinh viên Việt Nam thời đó, lúc nào cũng quần áo tươm tất và áo sơ mi luôn có cà vạt chứ không như ngày nay tha hồ mặc quần jean và áo t-shirt. Phần lớn sinh viên mít ta luôn đi Pollack ăn sáng trước khi đi trường. Những tay dậy muộn như tôi thì dùng những thức ăn bấm từ máy. Nách kẹp hoặc vai đeo cặp táp khệ nệ, tay trái cầm ly cà-phê bấm máy, tay phải cầm miếng bánh Joe Louis vừa đi đến lớp vừa ăn. Bạn nào học Laval mà chưa ăn bánh Joe Louis của hãng Vachon làm là một thiếu thốn lớn. Buổi trưa thì chúng tôi thường rủ nhau đi ăn trưa ở Pollack khi có nhiều thì giờ. Những hôm ít giờ thì ở lại trường, bấm máy ăn sandwich. Sandwich bấm máy có đủ loại (cá thon, trứng, thịt heo bầm loại crotons, thịt jambon ...). Một cái sandwich, một bình sữa nhỏ và một cái bánh Joe Louis là đủ no cho đến chiều. Riêng nói đến sandwich mà không nhắc đến món sous-marin Culina là một sơ sót lớn. Sinh viên Mít (MIT = dân mình ấy mà) trong những năm 1966-1975 không ai không biết món bánh mì ngon nổi tiếng của hiệu Culina trên đường Ste Foy. Bánh mì kiểu Tây, jambon thơm và ít mỡ, lại thêm đủ những thứ đồ chua (pickles), tô mát rồi lại mayonnaise và mù tạc Dijon. Ngon ơi là ngon. Một ổ thời đó khoảng 3 đô (sau này lên 5 đô), ăn một ổ vào là no đến tối luôn...

Riêng những món ăn ở cư xá Pollack thì thật không bao giờ hợp được khẩu vị người Việt. Trước khi lên đường, mẹ tôi đã cẩn thận gói và bỏ vào va-li cho tôi một lọ ớt khô. Ăn trưa hay ăn tối ở Pollack, tôi luôn đem theo lọ ớt khô này. Lén lút nhìn trước nhìn sau và thấy không ai để ý, tôi rắc nhẹ ớt lên đĩa ăn. Chỉ có cách đó mới sống sót nổi...Nhưng lọ ớt này cũng có cái duyên của nó. Một hôm có một chị người Mễ đến tận bàn tôi xin ... ớt! Chị chắc chắn đã âm thầm để ý việc rắc ớt của tôi từ lúc nào không biết. Thế là từ đó tôi có thêm đồng minh. Có hôm chị nhận được ớt từ quê nhà và chị đã biếu tôi một hộp ớt Mễ. Từ đó chúng tôi ít khi thiếu ớt ăn. Mãi sau này Steinberg và Miracle Mart mới bán ớt nên từ đó cô bạn Mễ không lo chờ ớt từ quê nhà và tôi thì tìm được một hạnh phúc mới…là không còn lo thiếu ớt ăn!

À còn quên chưa kể việc ăn súp (soupe) ở Pollack. Có ai dạy tôi ăn canh không được húp bao giờ. Tôi ăn súp và húp xì xụp làm những người québecois ngồi những bàn bên cạnh nhìn tôi trâng trâng. Ngay cả bây giờ mà bắt tôi ăn súp không được húp xì xụp là cả một cực hình, phải vừa cho thìa súp vào mồm vừa ngậm mồm vừa nuốt ừng ực …

NẤU CƠM LÉN

Dân mít mình thích ăn cơm. Cơm Pollack thì thỉnh thoảng cũng có, nhưng là cái loại cơm Uncle Ben, dở ơi là dở. Từ khi một vài bạn mua được gạo Á Châu thứ thiệt từ Montréal chúng tôi đã bắt đầu nấu những buổi cơm …lén đầu tiên trong phòng. Phòng của tôi lại nằm ngay tầng một bên cạnh văn phòng của ông concierge làm sự nấu lén thêm phần khó khăn và gay cấn. Nhưng sự thèm cơm đã thắng sự lo sợ bị bắt vì nấu lén. Dăm ba thằng, một nồi cơm, một con gà quay Steinberg, một ít nước xì dầu (thuở đó tìm ra đâu nước mắm), một tí ớt khô. Đây là bữa cơm ngon nhất trần gian…Về sau này, theo gót anh Trần Văn Rê, chúng tôi "mua" luôn được mấy bà làm phòng. Với một ít tiền pourboire đều đặn biếu các bà, không những các bà không đi khai với ông concierge mà còn luôn thu dọn "chiến trường" và đôi lúc còn rửa hộ nồi niêu bát đĩa chúng tôi ăn xong không kịp rửa. Những ai ở Moraud thời đó không thể không biết đến những tay nấu cơm lén nổi tiếng. Có anh Đặng Ngọc Sơn còn ngang nhiên treo những con gà ngoài cửa sổ để nhờ tuyết lạnh giữ được lâu, một loại tủ lạnh thiên nhiên. Có anh Hùng (cao dong dỏng học Génie Chimique) chuyên nấu phở trong phòng. Anh Hùng ở cái phòng đó 4 năm liên tiếp. Nghe nói sau khi anh lên đường về nước, người ta phải thay hết màn cửa phòng anh vì cái mùi phở (nhất là mùi mấy quả hồi) đượm thấm vào màn cửa giặt cách nào cũng không lấy đi được. Có anh Nguyễn Văn Nhã (anh ruột của anh Nguyễn Văn Hương, một trong những Việt kiều "yêu nước" vừa là đảng viên "nằm vùng" của ĐCSVN!) đã bị đuổi ra khỏi cư xá Parent vì nướng … mực trong phòng và để quên mực cháy khói bốc um làm sinh viên cùng hành lang đã phải kéo nút báo cháy khẩn cấp (alarm). Xe chữa lửa đến tìm mãi…và khi họ đến phòng anh Nhã thì họ thấy anh nằm trên giường (giả bộ) ngủ và họ nghi ngay. Dưới gầm giường anh nằm họ tìm thấy những con mực cháy khô nằm chỏng cheo…

BAN DU CA HAY NHỮNG NGÀY HÁT RONG...

Đàn hát là văn hóa của dân Việt. Những buổi trình diễn văn hóa của sinh viên ngoại quốc và nhất là những dịp ăn mừng Tết ở Pollack, lúc nào cũng có sinh viên mít mình tham dự. Vào năm đầu, chúng tôi lập ban hợp ca đầu tiên gồm các anh Nguyễn Hùng Dũng (anh Zummie đã ra đi quá sớm), anh Trần Văn Rê, anh Vũ

Công Thi và tôi. Bài lúc đó chúng tôi hay hát là bài Ngựa Phi Đường Xa mà tiếng làm ngựa hí của anh Vũ Công Thi chắc khó có ai bì kịp. Sau này, có các danh tài về nhạc xuất hiện, chúng tôi lập ban hợp ca đầu tiên lấy tên là Ban Du Ca. Chúng tôi đã chịu khó tập luyện trong suốt mùa hè và sau này đã đủ sức cho récital dài tới 3 tiếng đồng hồ. Ban hát rong này gồm các anh Võ Ngọc Đỉnh (chơi guitar thiệt khó ai theo kịp), anh Trần Thanh Toàn (với giọng ca truyền cảm đã để lại cho sinh viên mít những giây phút thoải mái qua hai bài ruột của anh là bài Hoài Cảm và bài Hạ Trắng), anh Tô Xuân Kỷ (một người đa tài, vừa guitar, vừa mandolin và vừa violon) và tôi (chuyên nghề guitar đệm). Xin chép ngay tấm hình của Ban Du Ca xuống đây sợ quên.

Thành tích của Ban Du Ca cũng đáng kể lắm. Nào là những đêm hát ở hộp đêm (boîte à chansons) L'esquisse ở Loretteville, nào là đêm récital dài 3 tiếng đồng hồ ở La Résille (Pavillon Pollack), nào là lần trình diễn truyền hình xuyên Canada đầu tiên (chương trình 1001 chansons của François Provencher nổi tiếng thời đó), và ngon lành nhất là buổi trình diễn ở Expo 67 tại Pavillon Chrétien trước cả ngàn khán giả...Ban Du Ca cũng có hai người "phụ tá" rất đắc lực luôn có mặt hỗ trợ là anh Bùi Văn Tâm (còn được gọi là ông bầu) và người giới thiệu (MC) các bản nhạc là chị Hoàng Thị Lan (sau này thành cô Lan...my house)... Những bài hát tủ của Ban Du Ca lúc bấy giờ gồm có những bài Nhìn Những Mùa Thu Đi, Tiếng Dân Chài, Sáng Rừng, Suối Mơ, và Đoàn Lữ Nhạc...

TÔI HỌC CHỬI THỀ...TIẾNG QUÉBECOIS

Dần dà tôi bắt đầu quen với nếp sống mới. Bớt sợ mùa đông hơn nhưng vẫn thấy nó hãi hùng làm sao. Tôi không biết có người Việt Nam nào thích mùa đông gió rét của thành phố Québec. Thành phố này nằm ở cửa sông St Laurent mà đại học Laval lại nằm trên vùng đất cao nên luôn có gió to rít lên từng cơn. Những hôm bão tuyết hoặc trời lạnh xuống đến trừ 20 độ hoặc thấp hơn, "cha con sinh viên mít" chúng tôi rủ nhau bắt xe buýt từ Parent để đến Pavillon Pouliot (đi bộ bình thường mất độ 10 phút). Anh nào cũng có cái cặp to tổ bố, lại còn đeo khệ nệ nào thước vẽ nào thước tính Staedler hay K & Ép Si Lon. Ông tài xế québecois rất ngạc nhiên lúc đầu thấy cái đám mít lên xe buýt mà lại xuống nhanh thế, nhưng sau rồi thì ông thông cảm. Những mùa Giáng Sinh đầu tiên tôi đã được các bạn người québecois cùng lớp rủ về nhà quê ăn mừng dịp Chúa ra đời với gia đình họ. Khi thì đi St Georges de Beauce, khi thì đi Rimouski. Cuộc sống hòa nhập của tôi với nếp sống địa phương bắt đầu tiến triển và đến cuối năm thứ ba thì tôi đã khá thông thạo tiếng Pháp địa phương (còn gọi là tiếng còi) nhất là tiếng chửi thề. Và ngay bây giờ tôi vẫn còn nhái được giọng québecois dễ dàng và hay làm trò cười cho mấy người bạn bên Pháp sang thăm. Và mấy tiếng chửi thề theo người còi (= québecois) còn được tôi mang theo sang tận Phi Châu hẻo lánh. Khi đang lái xe và bị người Phi Châu lái cắt ngang xe mình trên đường một cách đường đột là tôi kéo kính xe xuống và vô tình tôi tuôn ra một tràng tiếng còi: "*mon petit crisse de tabarnak, conduis-toé comme du monde crisse*". Họ không hiểu tôi muốn nói gì chỉ nhe răng trắng toát cười thật tươi, thế là huề cả làng.

NHỮNG NĂM CHƠI THỂ THAO RÒNG RÃ

Mùa hè ngoài việc đi học tiếng Anh hoặc phụ giúp trong các phòng thí nghiệm, sinh viên học bổng Plan Colombo rất rảnh rỗi. Và việc hay nhất để cho ngày bớt dài là ta chơi thể thao. Dân mít mình thì có hai môn chính: đá banh và chơi bóng chuyền. Và dĩ nhiên còn có badminton, bóng bàn và thi chạy. Tôi cũng được tuyển chọn vào hai đội bóng chuyền và bóng đá của Laval và hè nào cũng tập tành ngay sân cỏ đằng sau Pavillon Lemieux. Cuối hè thì chàng nào cũng đen thui vì nắng gió. Nhưng chắc chắn không ai đen bằng anh Trần Văn An với cái nickname là An "mọi" hay "Giáo ... móm". Phe ta đá hùng hổ lắm, hàng hậu vệ có Cương "ba đầu rùa" và thỉnh thoảng có anh Hải "Bò" (anh này thích húc người hơn húc banh) để đối đầu với phe Montréal có Dũng "Gấu" và

Hùng "nhỏng". Góc phải thì có Chung Duy Ân dắt banh nhanh như vũ bão, nhiều khi anh chạy nhanh đến độ quên luôn là đã hết sân.

Trung phong nhà ta là anh Huỳnh Hớn Kiệt (đã ra đi vĩnh viễn) đối đầu với Chánh "điên" của Montréal. Và không thể không nhắc đến Lâm Chí Công, người lực sĩ sinh viên tài ba (cũng đã từ giã chúng ta). Riêng tôi sau này vì hoàn cảnh học hành, chúng tôi rời Quebec và xuống Ottawa lập nghiệp. Và ở đây tôi đã gia nhập đội banh đại học Ottawa. Trong đại hội thể thao Bắc Mỹ lần chót tổ chức ở Laval (1974), đội banh Ottawa đã đoạt cúp túc cầu (hạng B). Tấm hình dưới đây ghi lại biết bao kỷ niệm của những buổi chiều êm ả, đám mít Ottawa rủ nhau tập dượt tại sân banh của đại học Carleton. Một vài người trên hình này cũng đã ra đi vĩnh viễn như các anh Lâm (nickname

Lâm "thợ điện"), Đàm Quang Long…

SINH VIÊN VIỆT NAM HỌC KHÔNG THUA AI

Chơi thì chơi nhưng sinh viên Việt Nam thời đó rất xuất sắc trong việc học. Đa số sinh viên mít thời đó ra trường thường đứng đầu lớp. Không đứng đầu lớp thì cũng ít nhất *summa cum laude* hay *cum laude*. Vì lý do chiến tranh, đa số ở lại học tiếp. Và vì vậy số sinh viên mít có bằng Master hoặc Ph.D. trước 1975 rất cao. Ai chịu khó học cũng thành công. Có những tay ăn chơi, lo chơi nhiều hơn lo học thế mà sau này khi "tỉnh ngộ" ghi danh học lại và rồi cũng đỗ đạt thành công.

Nói chung hầu như ai cũng thành danh. Điều này chứng tỏ nền giáo dục Việt Nam ở miền Nam trước 1975 là một nền giáo dục rất tốt. Những sinh viên ra trường như tôi không muốn về nước phục vụ chế độ cộng sản cũng tìm được việc tốt đi làm để nuôi thân. Và không những nuôi thân và nuôi gia đình không thôi, chúng tôi còn gửi về Việt Nam tiền và thuốc men để cứu giúp gia đình trong những năm khó khăn nhất sau ngày 30 tháng 04 năm 1975.

Và bây giờ khi ngồi đây nhìn lại một quá khứ đầy may mắn, chúng tôi không bao giờ hối tiếc đã chọn nơi này làm quê hương. Quê hương và con người Canadien và Québecois hiền lành đã tạo cho chúng tôi những hoàn cảnh và điều kiện (duyên lành) thật tốt để mưu cầu hạnh phúc. Và dĩ nhiên chúng tôi không bao giờ quên ơn này.

XÂY TƯỢNG TIẾC THƯƠNG NGAY TẠI THÀNH PHỐ QUÉBEC

Rồi việc gì đến sẽ đến, 30 tháng 04 đã đưa dân tộc Việt Nam, nhất là miền Nam, vào những vòng điêu đứng. Chính sách tàn bạo của "bên thắng cuộc" sau ngày 30 tháng 04 đã làm cho vết thương chiến tranh kéo dài mãi đến năm 1985, với những trại cải tạo (dùng chữ nhà tù cải tạo thì chính xác hơn), vùng kinh tế mới, đánh tư sản và mại bản v.v... Những người Việt vượt biên đến Québec cũng làm cho thành phố này sống động hơn trước với nhiều quán ăn Việt Nam hơn. Lúc bấy giờ có các anh Võ Văn Đạt, Nguyễn Văn Sơn, Đặng Vũ Thế Hiển, một số sinh viên mít đang học ở Laval và các chủ nhà hàng Việt Nam ở Québec đã có công thuê đất, tạc tượng và dựng lên một đài kỷ niệm thuyền nhân và chiến sĩ VNCH ngay tại một trong những nghĩa trang sang trọng của thành phố, nghĩa trang Notre Dame de Belmont nằm bên cạnh đường Ste Foy trước khi xuống đến basse-ville.

Hôm khánh thành tượng đài kỷ niệm có cả trăm người Việt tị nạn về từ Montréal. Đây là tượng đài kỷ niệm thuyền nhân có thể gọi là được xây đầu tiên trên thế giới. Mô hình người lính VNCH được chép lại từ tượng Tiếc Thương của nghĩa trang Biên Hòa và người vẽ (designer) cho tượng đài Québec chính là anh Dương Tâm Chí nhà mình.

Và nói đến 30 tháng 04 thì tôi không thể không nhắc đến anh Vũ Kiện, nhà thơ của đặc san Đất Lạnh đã qua đời ngay tại thành phố Québec nơi anh đã học thành tài. Tôi vẫn nhớ mãi những bài thơ của anh đã được nhạc sĩ Trọng Nghĩa phổ nhạc và hát vào những năm 1986 / 87. Hiện nay qua điện thư trao đổi với anh Trọng Nghĩa, anh có gửi cho tôi những phóng ảnh thư pháp và bài vở của anh Vũ Kiện. Hôm nào có dịp tôi sẽ rủ các bạn hát với tôi những bài này. Xin chép xuống đây một bài mà tôi thích nhất mang tựa đề Những Con Thuyền Lang Thang:

bật que diêm thứ nhất
anh nhìn sâu mắt trong
tìm thời gian đánh mất
tình xưa nhen trong lòng

bật que diêm thứ hai
tay lùa vào trong tóc
giấc mộng nào phôi phai
xuôi dòng sông ngà ngọc

những con thuyền lang thang

trôi bằng sông ra bể

những niềm đau kể lể

hằn cánh buồm gian nan

anh chèo bên này sông

bên kia, thuyền của giặc

anh né tầu hải tặc

thuyền anh lạc giữa dòng

những con thuyền long lở

đêm biển cuồng bao la

giông bão đè hơi thở

liệm tình diêm thứ ba

bật que diêm thứ bốn

bật que diêm thứ năm

gió to hùa sóng lớn

hy vọng, tàn tro câm

ôi những người khốn khổ

cầm que diêm soi đường

lửa nào cho thuyền nhỏ

đất nào cho quê hương

XIN NHẬN NƠI NÀY LÀM QUÊ HƯƠNG

Sau ngày 30 tháng 04 năm 1975, vì từng hoàn cảnh đưa đẩy, chúng tôi mỗi đứa trôi dạt về những nơi chốn khác nhau. Phần lớn đã chọn lựa những nơi đã cho mình công ăn việc làm. Riêng tôi thì vô cùng may mắn. Sau những năm dạy học ở Phi Châu, tôi được về dạy học ở Laval 8 năm liền trước khi đổi việc và về Ottawa làm việc cho Trung Tâm Nghiên Cứu Quốc Gia. Tôi cảm nhận được một điều qua kinh nghiệm đi làm là có khả năng không không đủ, mình phải có may mắn được sự giúp đỡ của đồng nghiệp hoặc của những thiện tri thức (nghĩa là phải có "quới nhơn phù hộ" như người miền Nam mình hay nói). Những may mắn đó tôi đều được diễm phúc có. Ngày nay về hưu tôi vẫn mang trong lòng sự biết ơn của tôi đối với tất cả Thầy Cô, bạn hữu, đồng nghiệp và gia đình đã luôn giúp đỡ tôi trên bước đường tiến thân và trong cuộc sống tha phương cầu thực. Quê hương Canada hiền hòa, người dân có tấm lòng ưu ái vị tha tuy khí hậu ở đây rất lạnh lẽo vào mùa đông. Và chúng tôi vẫn giữ mãi những kỷ niệm đẹp của những năm còn là sinh viên dưới mái trường Laval yêu dấu.

Và tôi xin ngừng bút, kèm theo tấm hình hai thân già chụp ở Bretagne (Pháp), ngồi trên một cái bunker của quân đội Đức Quốc Xã xây để chống đồng minh trong đệ nhị thế chiến và xin cầu chúc tất cả cựu sinh viên Việt Nam trước 1975 ở Canada một buổi họp mặt đầy tình người, tình đồng môn và nhất là có thật nhiều niềm vui trong những ngày hội ngộ. Và nhớ nhé, nhớ Cho tôi lại ngày nào...Trăng lên bằng ngọn cau...Cha tôi ngồi xem báo... Bên cây đèn dầu hao......(bài Kỷ Niệm của Phạm Duy). Ôi thời niên thiếu nay còn đâu.

NHỮNG NHÀ VĂN NHÀ THƠ MIỀN NAM TRƯỚC 1975

Hình như đa số những đứa chúng tôi, những đứa học trường trung học Nguyễn Trãi SG và lớn lên ở miền Nam sau 1954, đứa nào cũng biết chút đỉnh về các văn thi sĩ miền Nam trước 75 (mà tôi viết tắt là VTSMNT75).

Riêng cá nhân tôi vì đi phải rời quê hương sớm lúc còn trẻ nên tôi không biết nhiều về các VTSMNT75 và khi nói đến VTSMNT75 tôi chỉ nêu ra được một số tên tuổi các văn nghệ sĩ nổi tiếng thời tôi còn học ở trung học NT như Nguyễn Mộng Giác, Nhã Ca, Mai Thảo, Võ Phiến, Nguyễn Thị Hoàng, Duyên Anh, Hồ Hữu Tường, Vũ Khắc Khoan, Dương Nghiễm Mậu, Phạm Công Thiện, Thanh Tâm Tuyền, Bình Nguyên Lộc, Sơn Nam, Lê Xuyên, Doãn Quốc Sỹ, Duy Lam, Vũ Hoàng Chương, Phan Nhật Nam, Đinh Hùng, Bùi Giáng, Nhất Linh, Nhật Tiến, Nguyên Sa, Nhất Hạnh và Tuệ Sỹ qua các tác phẩm tôi đã đọc được trước khi rời quê hương. Còn những tác phẩm của các VTSMNT75 khác như Trùng Dương, Lê Huy Oanh, Thế Uyên, Tạ Ty., Tạ Ký, Ngô Thế Vinh, Thái Lãng, Nguyễn Đình Toàn, Tô Thùy Yên, Đỗ Quý Toàn, Đặng Tiến, Viên Linh, Quách Thoại, Nguyễn Sỹ Tế, ni sư Trí Hải v.v... thì mãi sau này tôi mới được dịp biết đến. Và tôi biết danh sách này chắc chắn vẫn còn rất nhiều thiếu sót và dần dà với thời gian tôi tin rằng sẽ có dịp được đọc thêm và bổ túc trong tương lai.

Có một số những VTSMNT75 mà tôi xin lược thuật dưới đây từ các tài liệu tôi thâu nhặt được trên mạng như talawas.org, http://vietsciences.free.fr/, và VN Thư Quán và những tác phẩm đã được ấn loát ở Hoa-Kỳ (qua Thư Ấn Quán của văn sĩ Trần Hoài Thư hiện cư ngụ ở Hoa Kỳ). Lược thuật này thật ra là để trả lời câu đố vui để học của nhóm NT chúng tôi tháng trước nhưng cũng là để giới thiệu một vài VTSMNT75 mà ít người biết đến, hoặc chỉ nghe tên nhưng chưa có dịp đọc tác phẩm của họ.

Tôi tìm thấy qua các tác phẩm đã đọc này một nền văn học trước 1975 mang đậm tính nhân văn mà các văn thi sĩ miền Nam đã góp phần bồi đắp. Những nhà văn nhà thơ này đã góp công xây dựng một nền văn học miền Nam, nay đã ít nhiều bị lãng quên, trong đó họ đã mang đến cho chúng ta những nét đẹp và những cảm nhận chân thật của văn học nghệ thuật miền Nam và họ chưa bao giờ phải đánh bóng cho chế độ hay xã hội khi họ đang sống và viết. Những tác giả đó là:

Võ Hồng: Ông sinh năm 1923, quê quán ở Phú Yên và cư ngụ tại Nha Trang (ông vừa qua đời gần đây). Trước 1975, ông từng là hiệu trưởng trường trung học Lương Văn Chánh (Phú Yên). Sau này ông dạy học ở Nha Trang. Ông xuất bản khoảng 30 tác phẩm, trước và sau 1975. Người ta tìm đến ông, biết nhiều đến ông bởi nhân cách của ông trong cuộc sống và trên những trang giấy. Cũng như phần lớn người Việt chúng ta, Võ Hồng đã sống trong một bối cảnh bi thương của chiến tranh. Ông sống và viết bằng kinh nghiệm sống. Giọng văn ông bình dị, nhiều khi mộc mạc. Cuộc đời của ông là ngòi bút và những tác phẩm để trả nợ quê hương đã nuôi dưỡng ông. Những tác phẩm đặc sắc của ông gồm có: Một Bông Hồng Cho Cha, Áo Em Cài Hoa Trắng, Bên Đập Đồng Cháy, Thiên Đường Ở Trên Cao, Vẫy Tay Ngậm Ngùi, Trong Vùng Rêu Im Lặng, Chia Tay Người Bạn Nhỏ, Chúng Tôi Có Mặt, Trầm Tư, Hoài Cố Nhân, Vết Hằn Năm Tháng, Con Suối Mùa Xuân, Như Cánh Chim Bay, Người Về Đầu Non….

Xin các bạn hãy cùng đọc vài dòng trong Một Bông Hồng Cho Cha:

"Gần như mọi người con, cuối cùng đều âm thầm tự trách, lặng lẽ xót xa. Cha biết trước tâm trạng đó, phòng xa ngày nào mình từ trần con mới chợt ân hận muộn màng, nên trong mỗi bức thư gởi con, cha đều kết thúc bằng sự bằng lòng, rằng con đã học hành thành đạt và cha mãn nguyện, cha vui. Lòng vị tha, lòng hy sinh cho con kéo dài mãi sau khi nhắm mắt.

Báo hiếu đâu chỉ món quà, mà có thể đôi tháng gởi một bức thư. Nội dung đâu đòi hỏi cao siêu, chỉ cần mươi dòng lược kể một chuyện đã nghe, một điều vừa thấy. Thì cũng như bè bạn gặp nhau, chào nhau một câu rất nhảm mà vẫn rất cần. "Đi đâu đó? Mạnh giỏi?" Sinh nhật cha, tặng một cành hoa. Nếu ở thành phố xa, hai ba đứa con gởi về hai, ba bức điện chúc mừng, tốn không bao nhiêu mà tạo được sự rộn ràng tới tấp. Niềm vui tinh thần đâu thua bữa tiệc cao lương?

Ngày Vu Lan, nhiều chùa tổ chức lễ hội Bông hồng cài áo. Hoa hồng tượng trưng cho mẹ. Để tỏ lòng thương nghĩ tới cha, nhiều nơi buộc thêm dải nơ tượng trưng cho cha. Cha còn: nơ xanh. Cha mất: nơ trắng. Lễ đường xếp thành bốn dãy, dãy cha mẹ song toàn: hoa hồng nơ xanh. Mẹ còn, cha mất: hoa hồng nơ trắng. Mẹ mất, cha còn: hoa trắng, nơ xanh. Mẹ cha đều mất: hoa trắng, nơ trắng. Người dự lễ đứng theo hoàn cảnh của mình. Có lần, một em nhỏ tuổi chừng lên tám đứng trong hàng hoa trắng nơ trắng. Em nhìn quanh, tủi thân khóc òa và cả lễ đường cùng khóc òa theo.

Cha cũng như mẹ, rồi sẽ một ngày:

Đỉnh hoa biểu từ khơi bóng hạc

nên mỗi người con đều phải vội vàng. Trả hiếu không bao giờ đủ, không được coi là dư bởi tình cha thương con là "cho" chứ không phải "cho vay" để có thể gọi là trả đủ"

Y Uyên: Ông sinh năm 1943 tại làng Dục Nội (Hà Nội). Năm 1954 di cư vào Nam cùng gia đình, cư ngụ tại Hạnh Thông Tây (Gò Vấp). Ông Y Uyên tốt nghiệp sư phạm Sài Gòn năm 1964, dạy học và sau nhập ngũ khoá 27 sĩ quan trừ bị Thủ Đức. Mãn khoá

về đóng tại Phan Thiết. Không lâu sau đó ông đã bỏ mình trong trận phục kích dưới chân núi Tà Lơn (Phan Thiết, có sách viết Tà Dơn) năm 1969. Ông được coi là một cây bút có phong cách viết riêng biệt và hầu như tất cả những tác phẩm của ông đều viết về chiến tranh. Tuy thế, những chuyện ông viết về chiến tranh không bao giờ có súng đạn nổ ầm ĩ hay cảnh quân hai bên bắn nhau như cách viết của Phan Nhật Nam mà lại là những điều bị cuộc chiến xô đẩy tới bờ vực của đổ nát, tang thương. Những tác phẩm đặc sắc của ông gồm có: Tiền Đồn, Người Đàn Bà Mang Thai Trên Kinh Đồng Tháp, Bên Ngoài Khán Đài, Bão Khô, Mùa Xuân Mặc Áo Vàng, Cỏ Heo May Hà Nội…Các bạn có thể vào tủ sách của talawas.org để đọc trọn vẹn truyện Bão Khô của Y Uyên.

Hoài Khanh: Ông sinh năm 1923 tại Phan Thiết. Hiện cư ngụ trong nước. Trước 1975 ông là thư ký toà soạn tạp chí Giữ Thơm Quê Mẹ. Ông đã xuất bản trên 10 tác phẩm gồm thơ và các sách chuyển ngữ. "Dâng rừng" là tập thơ đầu tay của ông xuất bản năm 1957. Trích đây một đoạn thơ của Hoài Khanh để chúng ta cùng hình dung tính chất bình dị hồn nhiên trong cách sử dụng ngôn ngữ đầy rung cảm của ông:

Vì em là tiếng thiên thu

Hoá thân vô cõi ngục tù nhân gian

Cho nên mộng cũng hoang tàn

Thiên thu ơi cứ phụ phàng nữa đi

Những tác phẩm thơ đặc sắc của ông gồm có: Hỡi người tóc suối áo bay, Thân phận, Gió bấc trẻ nhỏ đoá hồng và dế, Hơi thở ánh trăng và mặt đất…

Từ Thế Mộng: Ông sinh năm 1937 tại Huế. Sĩ quan bộ binh Trung Đoàn 47 thuộc SĐ 22/BB. Mất năm 2007 tại Phan Thiết. Thơ ông rất lạ:

Ước chi là chiếc cặp da

Để em ôm siết nõn nà tay nương

Trong tập văn Dáng Mẹ Trăm Chiều, ông dùng văn chương để nói lên nỗi lòng của mình về một người Mẹ ông hằng luôn kính trọng và biết ơn qua những năm tháng sống bên Mẹ trong tuổi thơ cơ cực: « Má lầm lũi nuôi con, cánh xoè khói súng. Không phải một lần mà biết bao nhiêu lần như vậy, má lao vào cõi tơi bời đó, không chần chừ, e ngại. Má kiệt sức ! Má như trườn như lết, chịu tủi chịu nhục… ». Ông còn được bạn bè gọi là thi sĩ mê gái. Trong « Biển màu hoa vàng » ông viết:

Biển đang xanh

Bỗng dưng vàng rực đến

Em bỗng dưng vàng

Áo mỏng manh…

Gót chân son

Em qua triền cát lún

Sao dấu chân

In tận trái tim mình

Những tác phẩm đặc sắc của ông gồm có: Lẽo đẽo một phương quỳ, Dáng Mẹ trăm chiều, Thơ Từ Thế Mộng, Trường ca má thân yêu…

Nguyễn Bắc Sơn: Ông sinh năm 1944 tại Phan Thiết. Thơ ông được xem như có một phong cách ngang tàng và đầy khẩu khí. Đây hãy nghe NBS thốt lên:

Chiến tranh này cũng chỉ một trò chơi

Suy nghĩ làm gì lao tâm khổ trí

Lũ chúng ta sống một đời vô vị

Nên chọn rừng sâu núi cả đánh nhau

Những tác phẩm đặc sắc của ông gồm có: Chiến tranh VN và tôi, Căn bệnh thời chiến, Bài hát khổ nhục, Tiệc tẩy trần của người sống sót…

Phạm Ngọc Lư: Ông sinh năm 1946 tại Thừa Thiên. Hiện cư ngụ trong nước. Tốt nghiệp trường quốc gia sư phạm Qui Nhơn sau đó dạy học ở Tuy Hoà. Thơ văn ông nói nhiều về sự cùng cực của những năm tháng nhọc nhằn mưu sinh trong thời buổi nhiễu nhương. Ông viết:

Mười lăm năm nát thân Kiều

Còn thân ta nát bao nhiêu năm rồi

Đoạn trường tuế nguyệt gấp đôi

Từ đêm trắng mộng, vốn lời trắng tay!

Những tác phẩm đặc sắc của ông gồm có: Đan tâm, Mây nổi…

Khuất Đẩu: ông sinh năm 1940 tại Bình Định. Trước năm 1975 ông dạy học tại Khánh Hoà. Đọc văn ông, người ta thường thấy có những bối cảnh, những diễn biến rất bi thảm. Những nhân vật trong văn ông phải chịu những tấn tuồng đầy tủi nhục và oán hờn. Giọng văn thản nhiên của ông khi miêu tả những cảnh tượng đấu tố, bắt bớ, giết người v.v…khiến người đọc rùng mình. Đây là một đoạn trong Những Tháng Năm Cuồng Nộ: "*…trong khi mọi người đang ngẩn ngơ và người đàn bà chửa đang đỏ mặt mắc cỡ vì cái bụng to kềnh của mình thì cô Thành (ghi chú: cô này là cán bộ Việt Minh trong truyện) nghiêng bàn tay như một cái dao kéo từ ngực kéo xuống. Cô nói mổ bụng lôi đứa nhỏ trong này ra! Tức thì có nhiều tiếng rú thất thanh, nhiều người đưa tay ôm mặt không dám nhìn. Người đàn bà chửa thì ngất xỉu tự bao giờ, chân tay lạnh ngắt…*".

Vũ Hữu Định: Ông sinh năm 1942 tại Thừa Thiên, sinh sống tại Đà Nẵng. Ông đã nổi tiếng với bài thơ "Còn một chút gì để nhớ" đã được phổ nhạc sau này mà tôi xin trích một đoạn ở đây:

Phố núi cao phố núi đầy sương

Phố núi cây xanh trời thấp thật buồn

Anh khách lạ đi lên đi xuống

May mà có em đời còn dễ thương...

Phố núi cao phố núi trời gần

Phố núi không xa nên phố tình thân

Đi dăm phút đã về chốn cũ

Một buổi chiều nào lòng vẫn bâng khuâng

Em Pleiku mà đỏ môi hồng

Ở đây buổi chiều quanh năm mùa đông

Nên mắt em ướt và tóc em ướt

Da em mềm như mây chiều trong...

Xin cảm ơn thành phố có em....

Ông qua đời năm 1981 để lại hai tác phẩm: Còn một chút gì để nhớ, Thơ Vũ Hữu Định toàn tập.

Lê Văn Thiện: Ông sinh năm 1947 tại Khánh Hoà. Ông tốt nghiệp khoá HSQ 47 tại Đồng Đế, Nha Trang và phục vụ tại Tiểu Đoàn 1 BB. Sau 30 tháng 4 năm 75, ông đi tù cải tạo và sau khi ra khỏi trại, ông về làm nhà nông tại Ninh Hoà. Những tác phẩm đặc sắc của ông trước 75 gồm có: Một cách buồn phiền, Sao không như ngày xưa. Nhà văn Trần Hoài Thư đã xuất bản tập Thư Quán Bản Thảo năm 2010 tại Hoa Kỳ trong đó có rất nhiều bài giới thiệu nhà văn chiến tranh Lê Văn Thiện và truyện Một cách buồn phiền đã được in lại (mà các bạn có thể viết về Thư

Ấn Quán ở New Jersey để tìm mua, xin tìm địa chỉ qua các bài trên talawas).

Linh Phương: Ông sinh năm 1949 tại Sài Gòn. Trước năm 1975, ông là quân nhân thuộc Tiểu Đoàn 6 TQLC. Bài được biết đến nhiều nhất của ông là bài thơ Kỷ Vật Cho Em mà tôi xin trích một đoạn dưới đây:

Thì thôi! Hãy nhìn nhau xa lạ

Em nhìn anh ánh mắt chưa quen

Anh nhìn em anh sẽ cố quên

Tình nghĩa cũ một lần trăn trối…

Em hỏi anh, em hỏi anh

Bao giờ trở lại….

Và còn rất nhiều tác giả trong nhóm VTSMNT75 nữa mà tôi chưa có dịp biết đến….

Tôi xin tạm ngừng với 10 tác giả vừa kể và mong rằng tôi đã "mua vui cũng được một vài trống canh"...

Xin tạm ngừng bút ,

(Yaoundé cuối mùa mưa 2013)

NHỮNG KHẬP KHIỄNG CỦA CÁC VĂN BẢN HIẾN PHÁP NHÀ NƯỚC CHXHCNVN

1. Khập khiễng thứ nhất: Nhìn vào các văn bản hiến pháp của nước Cộng Hòa Xã Hội Chủ Nghĩa Việt Nam (trừ văn bản 1946) thì cơ quan có quyền lực cao nhất hiện nay trong guồng máy lãnh đạo nhà nước CHXHCNVN là Quốc hội Việt Nam (điều 83). Thế nhưng, theo chỗ chúng tôi quan sát, những đại biểu Quốc hội lại không thật sự do dân bầu qua một cuộc ứng cử tự do. Có nghĩa là dân chỉ bầu những đại biểu dựa trên danh sách đã được nhà nước (hay đảng CSVN) chấp thuận hoặc đề cử. Hoàn toàn không có ứng cử và bầu cử tự do.

2. Khập khiễng thứ hai: Đảng là lực lượng lãnh đạo tối cao nhất của guồng máy lãnh đạo nhà nước (điều 4), của nước CHXHCNVN. Đảng đứng trên cả Quốc hội. Nhưng trong hiến pháp gần đây nhất tuyệt nhiên không thấy có chương nào nói về Đảng cả.

Đọc bản hiến pháp 2013 chúng ta không thể nào biết đảng CSVN là gì, do ai đại diện và đảng có trách nhiệm gì với Quốc hội (hay với nhân dân) và ngược lại Quốc hội có trách nhiệm gì với Đảng? Với tình trạng khập khiễng hiện tại thì đảng CSVN có thể bị gọi là vi hiến (unconstitutional) vì không được hiến pháp nói đến và quy định.

Chúng ta cần có một chương trong Hiến pháp giải thích điều này thật cặn kẽ. Hiện nay Đảng lãnh đạo bằng Nghị quyết và Quốc hội chỉ biết phê chuẩn và thông qua. Vì thế, nếu có được một chương nói về Đảng trong hiến pháp 1992, ít ra người dân cũng có thể từ đó biết được tư duy của Đảng rõ ràng hơn.

Ví dụ, phải giải thích rõ cho người dân biết (1) lý thuyết Mác Lê Nin là gì, (2) định hướng xã hội chủ nghĩa là như thế nào, (3) tư tưởng cách mạng, đạo đức và giáo dục của cố chủ tịch nước Hồ Chí Minh gồm những tư tưởng nào. Ai là người đại diện Đảng để chịu trách nhiệm trước toàn dân và báo cáo với dân (tức là Quốc hội)?

3. Khập khiễng thứ ba: Dân có quyền có tài sản hợp pháp (điều 23). Ở đây phải có định nghĩa rõ ràng hơn. Hiến pháp phải biên thật rõ những tài sản đó là những tài sản nào: Nhà, cửa, xe hơi, xe đạp, vàng bạc, châu báu v.v… Qua thảm kịch Tiên Lãng, chúng ta thấy luật đất đai vẫn chưa được rõ ràng và còn nhiều khiếm khuyết, như vậy phải nói thêm trong hiến pháp VN là dân có quyền sở hữu đất đai hay không? Nếu có thì đâu là những quy định. Nếu không (vì định hướng chủ nghĩa xã hội) thì nhà xây trên đất đó sẽ còn được xem là tài sản hợp pháp hay không?

4. Khập khiễng thứ tư: Dân không được có hành vi phản động (điều 30). Hiến pháp phải định nghĩa rõ ràng hơn, thế nào là phản động. Ví dụ đi xuống đường biểu tình phản đối "tàu lạ" trên biển Đông bắn giết ngư dân

VN, có phải là phản động không?

5. Khập khiễng thứ năm: Nhà nước có nhiệm vụ phát huy tinh thần yêu nước (điều 48), thế sao nhà nước lại bắt bỏ tù những người biểu tình phản đối sự xâm lăng biển đảo của Trung Quốc?

6. Khập khiễng thứ sáu: Điều 69 của hiến pháp CHXHCNVN cho phép tự do báo chí, tự do ngôn luận, tự do biểu tình… nhưng phải theo quy định của pháp luật. Xin Quốc hội nêu rõ những quy định pháp luật này để người dân biết đâu là quyền hạn và trách nhiệm của mình.

7. Khập khiễng thứ bảy: Nhà nước bảo vệ quyền bất khả xâm phạm về thân thể người dân (điều 71). Thế sao gần đây chúng ta thấy nhiều tin tức về công an lỡ tay đánh chết người mà lại không bị khởi tố hay bị xử đích đáng. Bộ luật hình sự về điều này phải thay đổi để người dân được bảo vệ một cách tích cực và quyết liệt hơn.

8. Khập khiễng thứ tám: Nhà nước bảo vệ quyền bất khả xâm phạm về chỗ ở (điều 73), thế mà gần đây chúng ta thấy công an thường xuyên xâm nhập vào nhà dân mà không có lệnh của tòa án. Bộ luật hình phải viết rõ hơn về điều này, nhất là khi người xâm phạm là nhân viên công lực.

9. Khập khiễng thứ chín: Bộ Công An và Quân Đội Nhân Dân hiện nay thuộc trách nhiệm của Đảng. Hiến pháp phải có một chương đặc biệt nêu rõ những quyền hạn của Bộ Công An (BCA) và Quân Đội Nhân Dân (QĐND). Quốc hội nên có đề nghị thay đổi để cả hai BCA và QĐND nằm dưới sự lãnh đạo của Bộ Tư Pháp và Bộ Quốc Phòng.

Hiện nay, hai lực lượng này nằm ngoài sự kiểm soát của Quốc hội và Chính phủ, và những tin đọc được trên mạng gần đây cho thấy có nhiều vụ lạm quyền từ phía công an.

10. Khập khiễng thứ mười: Hội Đồng Nhân Dân là một cơ quan dân cử, có trách nhiệm trước Quốc hội. Việc bầu cử những thành viên cho hội đồng này cũng không được rõ rệt. Hiến pháp phải quy định rõ ràng việc bầu cử thành viên của HĐND.

Và theo chúng tôi, một hiến pháp dân chủ cho VN phải có những chương nói về ba quyền phân lập rõ ràng. Việc phân quyền và phân nhiệm của ba cơ quan lập pháp, hành pháp và tư pháp không rõ rệt trong văn bản của Hiến pháp 1992. Theo văn bản này, Quốc hội VN hiện nay nằm trên hai cơ quan hành pháp và tư pháp. Nhưng Quốc hội lại nằm dưới Đảng mà Hiến pháp hiện nay lại không có chương nào định nghĩa và quy định rõ ràng quyền hạn và trách nhiệm của đảng CSVN.

Về vấn đề này, chúng tôi đọc lại văn bản Hiến Pháp Việt Nam Cộng Hòa năm 1967 và nhận thấy, đây là một văn bản Hiến pháp rất có giá trị về nội dung và hàm chứa một tính cách dân chủ rất cao. Hiến pháp VNCH 1967 có 3 chương nói về mỗi cơ quan lập pháp, hành pháp và tư pháp rất rõ ràng và súc tích.

Theo cách suy nghĩ của một số trí thức VN được gọi là "phi chính thống" hay "lề trái", sự độc tài lãnh đạo và chính sách độc đảng hiện nay ở Việt Nam là nguyên nhân chính đưa đến sự tham quyền cố vị, cũng như sự tham nhũng trầm trọng của nhiều quan chức trong guồng máy nhà nước.

Một cuộc trưng cầu dân ý sau khi Hiến pháp 1992 được sửa đổi để người dân được sử dụng quyền phúc quyết của mình là một điều nên làm vì việc này chưa bao giờ được thực hiện từ khi Hiến pháp 1946 của VNDCCH ra đời. Tuy nhiên, người dân và nhất là nhà nước phải chuẩn bị cho một đổ vỡ lớn có thể xảy đến nếu đa số dân phúc quyết qua lá số của mình không tán thành Hiến pháp hiện tại. Trong mắt người viết, lý do sâu xa của cuộc đổ vỡ này có thể vì điều 4 của Hiến pháp hiện nay.

Một cách nữa hay hơn, để cứu vãn tình trạng thoái hóa và tha hóa của xã hội VN hiện nay và tiến đến một nền dân chủ thật sự là Quốc hội biểu quyết lấy điều 4 này đi và thay vào đó bằng một điều 4 mới cho phép **sự thành hình của một chính sách lưỡng đảng**: Đảng cầm quyền và đảng đối lập. Sự ra đời của một đảng đối lập (cộng sản hay không cộng sản tùy vào đa số dân quyết định qua một cuộc thi đua dân cử và bầu cử tự do) sẽ là một bước đầu vô cùng quan trọng trong việc cải tiến việc thực thi dân chủ tại Việt Nam.

Chúng tôi tin tưởng mạnh mẽ là tương lai huy hoàng của nước Việt Nam tùy thuộc hoàn toàn vào thể chế chính trị của nước ta, trong đó Tự Do, Công Lý và Hạnh Phúc của người dân được bảo vệ thật sự.

LE PRINTEMPS À OTTAWA

Le printemps à Ottawa s'annonce bien cette année avec du beau temps et une saison de pluies bien raisonnable jusqu'ici (sauf cette semaine, svp lire plus loin).

D'abord nous avons été parmi les chanceux. Nous avons été invités à une causerie du Dalai Lama, une sorte de rencontre plutôt intime dans une belle salle du Pavillon de l'Éducation Permanente de l'Université d'Ottawa. L'invitation venait de Marie-Claude et Sylvain, nos amis de longue date qui avaient adopté deux petites filles vietnamiennes, Marie-Bê et Vân, qui sont devenues aujourd'hui deux jolies demoiselles avec une très belle personnalité. C'était la première fois que nous étions si proches du Dalai Lama. À le voir et à l'écouter, quelques larmes sont venues accrochées à mes yeux et sur mes joues. J'étais bien ému de la lutte pacifique des tibétains à travers les paroles du Dalai Lama…

Le mois de Mai se veut aussi le mois du patrimoine asiatique (MPA) (Asian Heritage Month, AMH) tel que décrété par le parlement canadien. La communauté vietnamienne participe en grand cette année. Lan et moi, nous nous portions volontaires pour traduire les textes sur la culture vietnamienne (textes originaux en anglais ou en vietnamien, traduits en français).

Et moi-même je me joignais à deux différents chœurs de chants. Le premier groupe était déjà bien en marche lorsque j'étais arrivé, comme les membres de ce groupe se sont vus régulièrement pour la pratique des chants vietnamiens depuis un an. Nous avons suivi un programme très rigoureux de pratique comme notre chœur va présenter deux chants au Centre National des Arts à Ottawa, lors de la présentation du guitariste et chansonnier Nguyen Duc Dat, cet homme talentueux, aveugle à la naissance et orphelin. Dat Nguyen était adopté par une famille américaine à l'âge de 8 ans et aujourd'hui il est père d'une petite fille et sa petite famille vit en Californie. Il joue tellement bien la guitare, j'étais émerveillé pendant toute la soirée. Mon cœur fendait en quatre quand il chantait Hotel California, quelle performance.

Voici une photo officielle de notre chœur :

Nous avons présenté deux chants : Tình Hoài Hương (L'amour nostalgique de mon pays) et Hòn Vọng Phu 3 (Le retour du mari (soldat parti en guerre)). Notre performance a été jugée très bien pour la première chanson alors que nous avons, semble-t-il, déçu plusieurs avec la deuxième chanson. Je ne nommerai pas les noms de tout ce beau monde sur la photo où figurait également notre enseignante qui a beaucoup travaillé pour nous amener là où nous étions. Cela dit, nous étions bien contents de notre performance. Après tout, nous ne sommes que des amateurs pour ce type de musique de chambre. Une chose certaine, notre participation était bien appréciée par les organisateurs du MPA.

Puis vient le printemps beau et chaud, pendant que je continuais mes activités, Lan s'était bien occupée du jardin. Notre maison est devenue de plus en plus belle. Notre jardin est rempli de fleurs, en voici une photo de notre backyard:

L'espace vert est présent partout à Ottawa avec ses grands arbres remplis de feuilles et ses beaux gazons :

Et c'est le temps de sortir sa bicyclette. Se promener à Ottawa en suivant les nombreuses pistes cyclables bien entretenues est un bonheur pour moi. J'ai une vieille bicyclette qui va encore très bien. Bien que ces pistes (jusqu'une longeur totale de 40 km) soient parfaitement isolées du traffic des voitures, on doit être bien prudent en portant un casque et parfois un pardessus lumineux pour mettre toutes les chances de notre côté. C'est en cas d'orages qu'il faut bien faire attention. Il y a deux jours, un jeune homme de 18 ans était frappé par une foudre pendant la pluie torrentielle qui se déferlaït sur la région. Il était sur la même piste cyclable que j'utilisais tous les jours et il s'était réfugié sous un arbre. La foudre a frappé exactement l'arbre où il s'était caché. La transmission électrique était si forte que son cœur s'arrêtait de battre. L'ambulance est arrivée assez vite et il était bien secouru. Il a été transporté à l'hôpital mais on n'a pas pu le sauver, on a annoncé sa mort ce matin. Quelle triste fin d'un cycliste.

Voici comment je suis en bicyclette :

Je termine mon récit en vous présentant deux dernières photos. La première est le bonsai de Lan qui a fleuri cette année. Quelle belle œuvre :

Et la deuxième photo montrant mon deuxième groupe de chœur de chants vietnamiens. Nous avons présenté 9 chansons en groupe et deux chants en solo avec la participation de quelques voix du groupe. Il s'agit de la journée vietnamienne organisée à l'Hôtel de Ville d'Ottawa dans le cadre du mois du patrimoine asiatique le 19 mai dernier. Ce groupe est différent de mon premier groupe. On s'amusait bien en chantant. Des chants folkloriques avec des beats rythmés. J'adore ce genre de chansons.

Je termine ici en vous embrassant tous et en vous souhaitant un été rempli de moments paisibles et de joie.

FESTIVAL DU NGUON À FOUMBAN (CAMEROUN)

Tous les deux ans a lieu à Foumban (Cameroun), pendant trois jours, une célébration de culture et de tradition Bamoun dénommée le festival du NGUON ou simplement le NGUON.

L'événement, qui en est à sa 543e édition, se célèbre pendant tout ce weekend. Chaque journée est agrémentée par plusieurs activités bien captivantes telles que danses traditionnelles et cérémonies rituelles, sans oublier la dimension culinaire qui donne l'occasion aux fins gourmets de déguster quelques bons plats du pays.

Pour arriver à l'heure pour la cérémonie d'ouverture officielle, nous avons quitté Yaoundé assez tôt le Vendredi matin. Le voyage s'était effectué dans des bonnes conditions et nous arrivions bien à temps pour la cérémonie d'ouverture.

Comme il n'y avait plus de places dans les autres hôtels de Foumban (Petpenoun, Baba etc…), nous avons choisi l'hôtel « Paradise Hotel » qui se situe à environ 10 km de Foumban. Il s'agit d'un bon hôtel et son prix de 20,000 CFA par jour pour notre chambre était bien raisonnable. Voici quelques images de cet hôtel qui possède suffisamment d'espace vert autour et une grande cour devant l'entrée principale.

Dans la cour devant l'hôtel se trouve un puits équipé d'une pompe manuelle. En me levant tôt chaque matin, j'ai eu droit à une bonne conversation avec les enfants qui venaient chercher l'eau du puits. Ces enfants habitaient dans le petit village en face de l'hôtel et j'imagine qu'ils ne doivent pas marcher une trop longue distance pour venir chercher l'eau. Voici les quelques images de ma première sortie matinale de l'hôtel :

Vous pouvez imaginer le cou solide dont possèdent ces enfants car le bidon le plus gros a un volume de 18 litres pesant non loin de 18 kg !

En me levant tôt le matin, j'avais du temps pour faire ma petite marche de santé. Je pouvais également voir le lever du soleil. Je pouvais respirer l'air frais du matin et les rayons lumineux du matin offraient à mes yeux tout un spectacle de couleur vive comme témoignent les images ci-dessous.

Jusqu'ici, je ne vous ai pas expliqué c'est quoi le Nguon.

J'ai pu comprendre que le Nguon est un moment où les populations Bamoun se rassemblent pour émettre leurs idées et pour faire valoir leurs griefs devant leur roi, le Sultan El Hadj Ibrahim Mbombo Njoya.

Le Nguon, qui semble être une tradition vieille de quelques 600 ans, était aussi un moment où le roi Bamoun fait sa sortie à la cour d'apparat. En effet le Samedi est le jour de la solennité de la fête, c'est le jour où le roi fait face à son peuple pour être évalué. L'image qui suit montre l'assemblée des représentants du peuple Bamoun (appelés les Fonanguon). Ceux-ci s'alignaient devant le roi pour adresser chacun leur tour leurs critiques sur la gestion ainsi que les promesses passées du roi. Le roi, pendant ce temps, était installé sur son trône, devait se lever debout pour écouter attentivement les critiques venant de son peuple.

C'est seulement lorsque le peuple aura manifesté sa satisfaction par rapport aux réponses du roi, que les possesseurs du Nguon l'autorisent à se réinstaller sur le trône.

Un mouton est sacrifié (image ci-dessous) dans le but de rendre un hommage aux ancêtres des Bamoun. Cet acte de tuerie se passait devant le roi et marquait la fin des cérémonies rituelles. De notre tribune, nous pouvions apercevoir le jet de sang rouge sortir du cou du mouton et le corps tremblant de la pauvre bête rendant sa dernière respiration.

Le 

:

Et il remettait plusieurs copies de son discours aux dignitaires présents :

Après, nous avons assisté au défilé des princes et des princesses de la dynastie Bamoun, des divers peuples Bamoun, des délégations de la diaspora, et des reliques royales (voir image typique ci-dessous).

En début de l'après-midi, après le déjeuner offert par le roi dans la salle à manger du palais (voir photo du palais ci-dessous), nous avons visité la salle d'exposition des artistes et le village artisanal de Foumban.

Nous terminons ce bref compte-rendu en vous racontant, dans les lignes qui suivent, quelques faits saillants des festivités que nous avions assistées.

Vendredi:

Pendant la cérémonie d'ouverture, plusieurs représentants de différents niveaux du gouvernement camerounais (tels que Madame le ministre de la culture et l'assistant du maire de la commune de Foumban) ont pris parole. Après la longue cérémonie d'ouverture, nous nous dirigions vers le palais où nous avons été reçus par la reine Jennifer James Mbombo Njoya. Cette rencontre bien privilégiée fut réservée à notre égard et fut possible grâce à une introduction d'un de nos amis à Yaoundé qui est un grand ami de la reine. Elle nous a servi à boire et elle était venue nous parler brièvement par la suite (nous imaginons que son emploi du temps doit être assez chargé).

Le soir est marqué par une célébration bien spéciale qui commençait vers 21:00 quand soudainement toutes les lumières (intérieures et extérieures) du palais étaient éteintes. Dans l'obscurité totale, les possesseurs du Nguon (faisant partie d'une société appelée « société secrète ») faisaient leur entrée dans la cour du palais en jouant aux tambours à friction qui produisaient un son fort et particulier. Une sensation mystique envahissait l'espace au moment de leur entrée à l'intérieur du palais. Les lumières n'étaient allumées qu'après l'entrée du dernier membre de la « société secrète » dans le quartier isolé du palais.

Nous sommes rentrés vers minuit à l'hôtel après le diner dans la salle des repas du palais offert par le roi.

Dimanche : pour éviter l'embouteillage à Yaoundé à l'entrée du quartier Emana où se trouvent d'immenses travaux de construction de la route à l'heure actuelle, nous avons quitté Foumban vers 08:30 du matin et nous avons avec regret manqué le Fit Nkindi qui est la fête du retour des guerriers de l'armée traditionnelle des populations Bamoun.

Nous sommes arrivés sains et saufs à Yaoundé vers 15:00, bien fatigués mais bien contents de retrouver notre chère résidence.

Récit rédigé en 2010

BA NGUYÊN NHÂN KHIẾN VIỆT NAM KHÓ THÀNH CÔNG TRONG VIỆC DIỆT TRỪ NẠN THAM NHŨNG

Thảm kịch Tiên Lãng đã gây sự chú ý rộng lớn trong và ngoài nước. Có hơn cả trăm bài viết về tin tức vụ Tiên Lãng, trên báo chí "lề trái" và cả "lề phải", "chính thống" và "phi chính thống". Những tin tức và những phản biện này đôi khi trái ngược nhau đưa đến những cái nhìn về nhiều khía cạnh khác nhau trong vụ án Tiên Lãng. Gần đây nhất có một bài viết xuất sắc của Giáo sư Tiến sĩ Hoàng Xuân Phú mang tựa đề "Một số khía cạnh hình sự của vụ án Tiên Lãng – Hải Phòng" đặt nghi vấn về sự trong sạch của guồng máy chính quyền Hải Phòng.

Giáo sư Tiến sĩ Hoàng Xuân Phú phân tích rất tỉ mỉ những lời kết luận của Thủ Tướng Nguyễn Tấn Dũng về thảm kịch Tiên Lãng. Ông Hoàng Xuân Phú đưa ra những lời kết luận đanh thép như: "bộ máy cầm quyền ở Hải Phòng [...] băng hoại", và "không thể để bộ máy cầm quyền ở Hải Phòng định đoạt số phận gia đình ông Đoàn Văn Vươn". Ông Hoàng Xuân Phú viết thêm:

"Huyện ủy Tiên Lãng đã triệu tập 300 đảng viên đến

để tuyên truyền, phổ biến những thông tin sai trái, hoàn toàn bóp méo sự thật về những gì đã và đang xẩy ra trên đất Tiên Lãng, và không thấy có đảng viên nào lên tiếng công khai phản đối. Trong thể chế mà Đảng CSVN lãnh đạo tuyệt đối và toàn diện, sự kiện kể trên cho thấy bộ máy cầm quyền ở Tiên Lãng đã mục ruỗng và không thể hy vọng gì từ đó. Để cho bộ máy cầm quyền ở Tiên Lãng rơi vào tình trạng thối nát và ngang nhiên hoành hành như vậy, không thể coi bộ máy cầm quyền của thành phố Hải Phòng – cấp trên trực tiếp của huyện Tiên Lãng – là vô can và trong sạch."

Đây là những câu kết luận rất nặng kí. Bài của Giáo sư Tiến sĩ Hoàng Xuân Phú là một gáo nước lạnh dội vào bộ máy cầm quyền Hải Phòng. Nhưng cho những người còn tin tưởng vào việc giải quyết công minh của nhà nước, biến cố Tiên Lãng nếu được nghiên cứu tường tận sẽ giúp nhà nước tìm ra nguyên nhân của căn bệnh trầm kha là bệnh tham nhũng ở Việt Nam. Tìm được nguyên nhân sẽ đưa đến giải pháp. Cũng như bác sĩ chẩn bệnh, những triệu chứng do căn bệnh gây ra trên cơ thể bệnh nhân giúp người thầy thuốc xác định bệnh chính xác hơn. Thảm kịch Tiên Lãng đem đến rất nhiều dữ kiện cho người thầy thuốc (nhà nước) nếu vị thầy thuốc này có quyết tâm diệt trừ căn bệnh. Và ngoài sự quyết tâm đó, tìm ra những giải pháp thích đáng cho vụ Tiên Lãng còn đòi hỏi sự lắng nghe, một cuộc điều tra nghiêm túc, một sự tìm tòi nhìn sâu… để hiểu.

Chúng tôi cho rằng một trong những nguyên nhân quan trọng là tính độc lập của hệ thống luật pháp. Trong tiến trình tố tụng và xử án ở các xứ bên trời Âu Mỹ, bất cứ một vụ án lớn nào như vụ án Tiên Lãng đều phải có sự hiện diện của một bồi thẩm đoàn (membres du jury) hoàn toàn độc lập với phe tố tụng và phe bị cáo. Và ông tòa (chánh án) xử án dựa trên kết luận của bồi thẩm đoàn. Bộ luật hình sự hiện nay ở Việt Nam tương đối khá tốt nhưng cách xử án ở Việt Nam hiện tại hoàn toàn thiên vị guồng máy nhà nước vì bị chính guồng máy này kiểm soát. Chúng ta chỉ cần xem lại lời tuyên bố ban đầu của bà Chánh án Tòa án Nhân dân thành phố Hải Phòng về vụ Tiên Lãng là có thể đoán trước vụ án Tiên Lãng sẽ được xét xử như thế nào hoặc xem lại những vụ tố tụng và xử án trong quá khứ để thấy cách xử án bất công của hệ thống luật pháp nước ta, ví dụ điển hình là vụ xử ông Cù Huy Hà Vũ.

Nguyên nhân quan trọng thứ hai là sự sợ hãi. Chiến tranh dai dẳng mà nước ta đã gánh chịu cộng thêm những áp lực đầy bạo cường gây ra bởi những chính sách hậu chiến tranh của nhà nước tạo cho người dân từ Nam chí Bắc một nỗi lo âu sợ hãi. Và đây là một căn bệnh của người Việt chúng ta, nó ăn vào xương vào tủy của rất nhiều người Việt Nam. Thêm vào đó, sự lạm quyền (và lộng quyền) của rất nhiều quan chức làm người dân bình thường lo sợ thêm mỗi khi thấy bóng dáng của các vị này nhất là khi mình bị chính quyền "mời lên làm việc". Sự sợ hãi này sẽ làm cho những nhân chứng quan trọng trong bất cứ vụ án nào ở Việt Nam phải im hơi lặng tiếng. Câu hỏi được đặt ra ở đây là: Nhà nước có chính sách nào để lấy đi sự sợ hãi của người dân trước bộ máy chính quyền? Hay là nhà nước, ngược lại, đang củng cố sự sợ hãi này để dễ trị dân và giữ trật tự trong nước? Cách dùng những nhân viên dân sự (không làm việc cho nhà nước) mà các báo lề trái thường gọi là xã hội đen (hay côn đồ) để áp đảo dân biểu tình kêu oan hay để dẹp "loạn" là việc thường thấy nói đến trên những báo lề trái này.

Nguyên nhân quan trọng thứ ba là tự do báo chí. Chúng ta có hơn mấy trăm tờ báo chính thống trên mạng nhưng không tờ báo nào cho chúng ta những tin tức có thể tin cậy được hoàn toàn. May thay nhờ vào sự có mặt của truyền thông trên mạng (cái được gọi là Internet), những blogs độc lập trong nước đã tạo được một thành quả rất lớn trong việc dọi ánh sáng công luận vào vụ Tiên Lãng. Các blogs "không chính thống" này đã gây sự chú ý và nhất là sự quan tâm của rất nhiều người trong và ngoài nước. Sự quan tâm rộng lớn này cũng có thể là một lý do đã thúc đẩy Thủ tướng Nguyễn Tấn Dũng "thân chinh" dự phần vào việc xử lý thảm kịch Tiên Lãng.

Tôi không biết quý độc giả và nhà nước có đồng ý với suy luận của tôi hay không, và cũng không biết nhà nước có thực tâm muốn xây dựng một xã hội an lành hơn hay không.

Viết thêm sau khi bài tôi nhận được một số phản biện:

Tôi đọc những bài phản biện và tôi rất cảm động.

Thật ra tôi cũng hèn và biết sợ lắm. Sự sợ hãi bám chặt vào người tôi từ thuở bé, nay nhờ cái làm việc ở nước ngoài nên tôi mới dám mạnh dạn viết về những đề tài nhạy cảm.

Mục đích tôi không muốn nhắm vào và nói xấu hoặc phỉ báng bất cứ ai và tôi cũng tránh không viết những lời có tính cách bôi nhọ nhà nước hoặc chế độ.

Tuy nhiên nếu lời lẽ tôi dùng không được chỉnh mà gây hiểu lầm thì tôi xin các bác và các em thông cảm. Trong thâm tâm tôi muốn nhìn thấy nước Việt Nam hùng mạnh và người dân được ấm no hạnh phúc.

Vì vậy tôi nghĩ nếu chúng ta giúp nhà nước cải cách và sửa chữa được những khiếm khuyết, thì đó chính là phương pháp WIN-WIN. Hiến pháp VN 1992 rất là hay, khá đầy đủ. Vấn đề lớn của nhà nước và chính chúng ta những người dân bình thường không thi hành được nghiêm chỉnh những điều của hiến pháp này.

Khiếm khuyết 1: quốc hội là cơ quan có quyền lực NHÀ NƯỚC cao nhất của CHXHCNVN (điều 83), thế nhưng đại biểu quốc hội không thật sự do dân bầu, ý tôi muốn nói là nếu chúng ta từng phường từng quận cho phép ứng cử tự do và bầu cử tự do thì quốc hội sẽ có sự có mặt thực sự của nhiều tầng lớp nhân dân. Tính cách dân chủ có thể bắt đầu từ đây.

Khiếm khuyết 2: Đảng là lực lương lãnh đạo nhà nước (điều 4) tức là đảng đứng trên quốc hội. Đảng là lực lượng lãnh đạo tối cao nhất. Nhưng trong hiến pháp không thấy có chương nào nói về đảng. Tức là: đảng là ai, do ai đại diện và đảng có trách nhiệm gì với quốc hội (hay với dân) và ngược lại quốc hội có trách nhiệm gì với Đảng? Chúng ta cần có một chương trong hiến pháp giải thích điều này thật cặn kẽ. Hiện nay Đảng lãnh đạo bằng Nghị Quyết và quốc hội chỉ biết phê chuẩn và thông qua (nói theo kiểu tiếng bình dân là gồm toàn nghị gật). Trong khi có chương về Đảng trong hiến pháp, chúng ta có thể từ đó biết tư duy của Đảng rõ ràng hơn. Tỉ dụ phải giải thích rõ rệt cho người dân lý thuyết Mác Lê Nin muốn gì, chúng ta định hướng xã hội chủ nghĩa để đưa nước Việt Nam đi về đâu? Tư tưởng cách mạng, đạo đức và giáo dục của Chủ Tịch Hồ Chí Minh là gì (phải viết ra rõ ràng). Ai là người đại diện Đảng để chịu trách nhiệm trước toàn dân và báo cáo với quốc hội?

Khiếm khuyết 3: Dân có quyền có tài sản hợp pháp (điều 23). Xin quốc hội biên thật rõ những tài sản đó là những tài sản nào: nhà cửa, xe hơi, xe đạp, vàng bạc châu báu v.v.. thế còn đất đai thì sao???

Khiếm khuyết 4: Dân không được có hành vi phản động (điều 30). Xin quốc hội định nghĩa rõ ràng hơn thế nào là phản động. Tỉ dụ đi xuống đường biểu tình phản đối TQ giết ngư dân VN có phải là phản động không?

Khiếm khuyết 5: Nhà nước có nhiệm vụ phát huy tinh thần yêu nước (điều 48), thế sao lại bắt bỏ tù những người biểu tình phản đối sự xâm lăng biển đảo của TQ.

Khiếm khuyết 6: điều 69 cho phép tự do báo chí tự do ngôn luận tự do biểu tình....nhưng phải theo quy định của pháp luật. Xin nêu rõ những quy định pháp luật này để người dân biết đâu là quyền hạn và trách nhiệm của mình.

Khiếm khuyết 7: Nhà nước bảo vệ quyền bất khả xâm phạm về thân thể người dân (điều 71), thế sao công an lại hay lỡ tay đánh chết người và lại không bị xử đích đáng, mà việc này lại xảy ra thường trong nhiều năm gần đây.

Bộ luật hình sự về điều này phải thay đổi để người dân được bảo vệ quyết liệt hơn.

Khiếm khuyết 8: Nhà nước bảo vệ quyền bất khả xâm phạm về chỗ ở (điều 73), thế mà công an xông vào nhà dân như đi chợ. Bộ luật hình phải viết rõ hơn về điều này nhất là khi người xâm phạm là nhân viên công lực.

Khiếm khuyết 9: Bộ Công An và Quân Đội Nhân Dân thuộc trách nhiệm của Đảng. Hiến pháp nên có một chương nêu rõ những quyền hạn của Bộ Công An và Quân Đội Nhân Dân. Nên thay đổi để BCA và QDND thuộc về Bộ Tư Pháp và Bộ Quốc Phòng như những nước tân tiến. Đảng còn thì CA còn. Thế một ngày nào đó hết đảng viên, hoặc đảng tự giải tán thì sao. Ai sẽ trả lương cho CA nếu Đảng không còn nữa.

Đây là một vài suy nghĩ của tôi, người được may mắn sống và thấy những điều hay ở quê người và cũng muốn nước mình được những điều hay đó.

Viết từ xứ Cameroun năm 2011

Nguyễn Duy Vinh xin chia sẻ cái nhìn cạn hẹp của mình.

KỶ NIỆM NHỮNG NĂM SỐNG Ở THÀNH PHỐ QUÉBEC (ĐẠI HỌC LAVAL)

KỶ NIỆM...

Kỷ niệm của một đời người thì nhiều lắm, khó mà diễn tả qua vài trang giấy, nhiều khi có thể viết thành sách cũng không chừng. Tuổi tôi bây giờ cũng gần cuối đời rồi và tôi thấy khó biết viết như thế nào cho nó trọn vẹn, để không được quên ai đó đã chia sẻ cùng mình những giây phút ngắn ngủi mong manh. Thôi thì qua vài dòng tâm tình trên những trang giấy này, tôi xin kể thêm một vài kỷ niệm nữa với những người, những nơi tôi đã sống qua trong thời gian còn "dính dấp" với đại học Laval. Và cuối bài tôi sẽ có vài tấm hình kỷ niệm thay lời viết, cũng một cách khác để đánh dấu những ngày xưa thân ái... Và tôi xin đi lại từ đầu.

Những tuần lễ đầu tiên trên Campus đại học Laval đã cho tôi sống những giây phút thật nhẹ nhàng và yên tĩnh. Vì tôi đến đại học vào giữa tháng 08, tôi đã có dư nhiều thời gian để hoàn tất mọi thủ tục ghi danh và làm quen dần với khung cảnh mới trước khi mùa nhập học bắt đầu.

Ngồi trên chuyến xe buýt Montréal – Québec vào mùa

thu năm 1966, tâm tư tôi hơi có đôi chút ngổn ngang với những thoáng nghĩ đầy suy tư và lo lắng. Xuốt dọc xa lộ 20, nhà cửa lúc bấy giờ rất ít so với ngày nay và đôi lúc tôi tự hỏi không biết mình có lấy nhầm xe buýt. Quang cảnh dọc đường 20 lúc bấy giờ hoang vắng, đồng không mông quạnh, thỉnh thoảng người lữ khách xa nhà mới nhìn thấy vài cột đèn lấp lánh báo hiệu những trạm xăng ven đường.

Ba tiếng đồng hồ sau, xe buýt đến ga đỗ trung tâm của thành phố Québec, một nhà ga autocars èo ọp, cũ kỹ nằm ngay giữa lòng thành phố thấp (basse ville) của thủ đô Québec cổ kính. Tôi vội vã bước xuống xe. Lấy xong chiếc va-li cũ đem từ quê hương nặng chình chịch, tôi khệ nệ kéo nó vào bên trong bến xe. Và đây là niềm vui mừng đầu tiên đã đến khi tôi nghe có người hỏi tên tôi bằng tiếng Việt:

- Anh có phải là anh Vinh?

Hai người đến đón tôi hôm đó là anh Phạm Cơ và anh Nguyễn Công Thành mà khi viết lên những dòng chữ này ký ức tôi vẫn còn hiện rõ hình ảnh hai anh. Hai anh giúp tôi mang va-li ra xe, tôi vẫn còn nhớ mãi chiếc xe Huê-Kỳ của anh Thành dài thườn thượt mà anh lái đưa chúng tôi về Campus Laval…Thủ tục lấy phòng cũng rất nhanh chóng vì tôi đã nộp đơn xin phòng từ trước. Phòng tôi là phòng đầu tiên nằm ngay cạnh văn phòng tiếp nhận (bureau de réception) của Pavillon Moraud. Mấy ngày kế tiếp, anh Phạm Cơ đã dắt tôi đi mở compte banque và đi xem trường, lớp học, thư viện, nơi bán các sách học và văn phòng phẩm (Les Presses de l'Université Laval), quán ăn sinh viên (Pollack), bệnh viện CHUL v.v…

Rồi đâu cũng vào đấy. Lúc ấy Laval vào mùa thu, Laval mùa thu đẹp thơ mộng. Khí hậu ban ngày không lạnh lắm, đi bộ quanh các cụm rừng nhỏ xung quanh các cư xá sinh viên là một hạnh phúc lớn. Nhiều hôm trời xanh ngắt không một gợn mây, đi bộ thong thả dọc theo những con đường đất phủ lá vàng đỏ óng ánh tạo thêm những kỷ niệm khó quên cho kẻ lữ thứ xa nhà. Lúc đó bao nỗi nhớ nhung, bao nỗi buồn xa quê , xa bạn bè, xa người thân biến đi đâu hết nhường chỗ cho những màu sắc linh động của lá cây nhảy múa trên nền trời xanh biếc của mùa thu Québec… Nghĩ đến trời xanh, xin chép tặng các bạn một câu thơ dưới đây, hình như là của thi sĩ Nguyễn Khuyến:

"Trời thu xanh ngắt mấy từng cao,

Cần trúc lơ phơ gió hắt hiu."

Đầu tháng 09 là mùa nhập học. Đời sống trên Campus Laval đã trở nên nhộn nhịp. Những cư xá đã đầy người. Sinh viên đến từ khắp nơi, đa số là dân địa phương đến từ những thành phố và thôn làng lân cận. Ở cư xá Moraud, tôi đã bắt đầu gặp và chào hỏi các anh có phòng trong cùng hành lang. Đa số họ đến từ vùng Beauce. Giọng nói tiếng Pháp của các anh này thật khó nghe, thêm vào cách phát âm đặc biệt hình như chỉ có ở những người đến từ vùng Beauce. Họ không nói được chữ G, họ đọc thành chữ H. Anh Gilles bên cạnh phòng tôi tự đon đả giới thiệu :

- Salut, mon nom c'est Hilles, je viens de Saint Heorges de Beauce (dịch ra tiếng Pháp chính cống là : Salut, mon nom c'est Gilles, je viens de Saint Georges de Beauce)

Mãi về sau tôi mới tìm ra tên thật của anh là Gilles

Veilleux và chúng tôi đã trở thành bạn thân. Anh Gilles học ngành kỹ sư điện và qua anh tôi đã học hỏi được rất nhiều về cách sống và văn hóa người Québecois. Tôi vẫn nhớ mãi cái Noël đầu tiên được anh Gilles mời về nhà anh ở Saint Georges de Beauce. Lúc ấy vào mùa đông và khu trang trại của bố mẹ anh vẫn còn sưởi bằng lò đun củi thuộc loại « poêle à combustion lente ». Tôi được mọi người thông cảm cho tôi ngủ ngay salon (phòng khách) cũng là nơi có lò sưởi vì họ nghĩ tôi vừa từ Việt Nam tới chắc không chịu được lạnh. Và họ đã không nghĩ sai. Dù nằm cạnh lò sưởi nổ tí tách về đêm, tôi vẫn phải đắp đầy mền quanh người và chỉ mấy hôm sau khi tôi nhìn vào gương thì thấy mụn mọc đầy trên mặt, không biết vì lạnh hay vì thay đổi cách ăn uống. Và nói đến ăn uống thì phải nghĩ đến sữa bò. Sáng nào anh Gilles và mấy đứa em cũng dậy rất sớm để đi vắt sữa bò. Vắt bằng tay. Sữa tươi vắt từ bò ngon làm sao và chưa bao giờ tôi đã uống sữa nhiều như thế.

Anh Gilles có cái tật là sáng nào cũng ghé phòng tôi rủ tôi đi ăn sáng. Việc đầu tiên anh vào phòng là đặt cái dĩa nhạc 33 tours lên máy hát. Lúc đó nhờ dủng dỉnh tiền học bổng của Plan Colombo, tôi đã dành dụm và mua lại được một cái máy rất tốt của một anh sinh viên Việt Nam đang sửa soạn lên đường về nước. Máy hát hiệu Dual 1019 "Made in Germany" nổi tiếng thời đó. Anh Gilles rất thích nhạc ngoại quốc và toàn bộ dĩa nhạc của tôi là loại nhạc Rock của những năm 60. Từ những dĩa của ban The Beatles cho đến ban The Byrds, không dĩa nào mới ra mà tôi không mua. Tôi vẫn nhớ anh Gilles rất thích những bản như "No Milk Today" hát bởi nhóm Herman Hermits, hoặc bài "Bus Stop" trứ danh của ban The Hollies lúc bấy giờ. Ngày nay cứ mỗi lần nghe lại mấy bài hát này tôi lại nhớ đến anh Gilles …

Và thời gian cứ thấm thoát trôi. Cuộc sống ở cư xá Moraud cũng không đến nỗi khó khăn và buồn tẻ. Mùa đông Québec thì quá khủng khiếp: nào bão tuyết, nào lạnh và gió. Từ khoảng tháng 12 trở đi là sinh viên mít ta cứ ru rú trong nhà, trong các cư xá và ít đi ra ngoài trừ các anh nào có xe hơi. Và những sinh hoạt của chúng tôi đa số lúc đó là sinh hoạt bên trong nhà (cái mà người ăng lô phôn họ gọi là Indoor Activities). Lúc đó cư xá thể dục thể thao (P.E.P.S.) nổi tiếng của đại học Laval chưa xây nên chuyện sinh hoạt thể thao của dân mít được thu gọn lại chung quanh mấy cái bàn bi da (billards) và bàn ping-pong trong mỗi cư xá. Ngoài các sinh hoạt nấu cơm lén và sinh hoạt văn nghệ mà tôi đã kể cho các bạn nghe trong bài viết trước (xin xem lại đặc san Đất Lạnh 2013), sinh viên mít ta tối nào cũng quay quần chung quanh mấy chiếc bàn ping pong ở dưới sous-sol cư xá mình ở. Khi thì đánh đơn, khi thì cặp đôi. Sous-sol của pavillon Moraud lúc nào cũng náo nhiệt sau buổi cơm chiều. Các tay đánh ping pong xuất sắc như Trần Văn Rê (với tên nickname là Hai Rề, mà anh này không rề chút nào), Huỳnh Hữu Tuệ và Mai Xuân Lương (với cái tên Lương Gà Mái nhờ vào mái tóc chải brillantine bóng loáng của anh và lối lừa và đưa banh của anh trên sân cỏ) thường hay có mặt. Sau này có thêm Trần Văn An (thường được bạn bè gọi là Giáo … Móm hay An Mọi tùy vào ai muốn chú trọng vào cái cằm hay màu da của anh!). Riêng tôi thì bạn bè cho cái tên là Vinh … dài vì tôi mảnh khảnh và cao lêu khêu, để không bị trùng tên với anh bạn Vinh … ngắn (lùn) (nay đã từ giã bạn bè về cõi Phật). Vinh… ngắn còn có cái tên khác là cậu Hai Cóc vì hình như anh tiên đoán thời tiết rất là chính xác.

Trong số những tay thích chơi ping-pong ở Moraud còn có các anh Hùng, Thư và Hiệp (học kỹ sư hóa học). Hai anh Hùng và Thư đã về nước sau khi ra trường. Anh Hiệp thì hình như vẫn còn ở Québec. Ngoài ra còn một anh nữa hiền lành và hay la cà với các anh qua cùng năm với anh là anh Phan Hảo. Anh này thuộc loại người trầm ngâm ít nói. Nhưng anh rất tốt với những người qua sau như tôi. Nhờ anh Hảo mà tôi có được những bài giải và đề thi cũ của những môn hóc búa như Thermodynamique (Nhiệt động học) và Mécanique des Fluides (Khí động học). Anh cũng là người để thì giờ chỉ các sinh viên mới về cách dùng thước tính kéo tay (thuở đó làm gì có máy tính điện tử tối tân như bây giờ).

Phòng tôi vì nằm gần nơi ra vào của cư xá và gần lối chui đường hầm đi ăn Pollack nên lúc nào phòng cũng đầy bạn bè ghé thăm. Đông nhất là mấy anh em học năm thứ nhất ngành kỹ sư trong đó tôi phải nhắc đến anh Dũng "bầu" (còn có tên nickname nữa là Zumi, anh mất cách đây vài năm), và anh Hải "Cụ" cũng học ngành điện. Năm thứ nhất vì chúng tôi học chung rất nhiều cours nên chúng tôi thường họp nhau làm bài và ôn bài chung ở Moraud. Riêng Hải "Cụ" thì rất hay ghé thăm tôi vì anh rất thích nghe những chuyện tôi kể về cái Xóm Đạo Tân Định của tôi. Cái Xóm Đạo ấy là nơi đã quy tụ nhiều du đãng khét tiếng Sài Gòn thuở đó. Từ Đại Ca Thay, Tài "chém", Ngọ "mập" (ông này vẫn còn sống và tôi có gặp lại ở Việt Nam, có đứa con tên rất ngầu: Nhựt "cùi" (vì một ngón tay bị đứt) đã từng là đàn em của Năm Cam), Hai Nở, Lộc "lùn" (vua nhảy bebop, nổi tiếng trong các boum và các phòng trà ở Sài Gòn một thời) cho đến Cà Na "cắn chỉ" (Cà Na về sau nghe nói bị cảnh sát quốc gia dàn cảnh thủ tiêu). Rồi tôi kể chuyện "thằng đầu bự" của Xóm Đạo, Hải "Cụ" nghe mê say và hễ gặp tôi đâu lại nằng nặc đòi nghe kể thêm về cuộc đời "thằng đầu bự". Hôm nào rảnh chắc tôi phải viết một truyện ngắn đặc biệt về "thằng đầu bự".

Vào những năm sau này, từ năm 1972, chúng tôi đã rời thành phố Québec thân yêu và về sống ở Ottawa nơi tôi tiếp tục đo đạc và làm thí nghiệm cho luận án Doctorat. Tại Ottawa tôi cũng có những kỷ niệm đẹp với một số sinh viên Việt Nam mà tôi đã kể lại trong đặc san năm 2013. Phần lớn những sinh viên đi du học với học bổng Colombo thời tôi may mắn không bị nhà nước Canada bắt về nước sau khi học xong. Chính phủ liên bang (qua bộ di trú) có chính sách rất khoan hồng với sinh viên Việt Nam thời đó và nhờ vậy mà chúng tôi được tiếp tục ở lại học (và dĩ nhiên không được cho phép đi làm, nghĩa là lấy job của người dân bản xứ, trừ phi được cấp giấy thành di dân chính thức, tức là được cấp thẻ "landed immigrant" tương đương với cái titre résidence permanente thời nay).

Rồi đến năm 1974, tôi may mắn được học bổng đi Pháp. Học bổng của chính phủ Pháp và chính phủ Canada, vừa đủ trả tiền nhà và ăn uống chứ không dư dả bằng học bổng Plan Colombo. Đời sống ở Pháp lúc đó cũng không đủ tiện nghi bằng Canada. Nhất là vào những năm đó, chính phủ Pháp cấm người dân không được dùng những máy sưởi chạy bằng dầu hỏa vì lúc đó cả Âu Châu đang lâm vào tình trạng bị phong tỏa về dầu hỏa bởi các nước Ả Rập. Trời về đêm ở Poitiers nơi tôi du học vừa lạnh vừa ẩm vì mưa nhiều. Không được phép dùng máy sưởi, người dân phải đốt củi hoặc dùng máy sưởi điện (và tiền điện bên Pháp đắt vô cùng). Tôi còn nhớ mãi kỷ niệm tắm bằng nước đun sôi. Mỗi tối tôi phải nấu nước sôi đổ đầy vào chậu rồi đem chậu này vào nhà tắm. Hòa nước nóng với chút nước lạnh cho đủ ấm và cứ như thế dùng gáo dội và tắm … ngồi. Nước nóng ấm cho tôi thật nhiều hạnh phúc trong những ngày lạnh lẽo ở Poitiers. Sau này nhớ lại những giây phút đó, mỗi khi đi tắm ở Canada hay nơi nào khác, tôi vẫn còn chút thói quen tiết kiệm nước và sợ chưa dám vặn nước nóng quá hoặc tắm quá lâu.

Về lại Laval năm 1975, sau khi cộng sản chiếm miền Nam, tôi trình luận án và rời Laval sau đó và nghĩ là sẽ không bao giờ trở lại đây.

Nhưng có ai biết được tương lai. Tôi chép một đoạn bài Mộng Viễn Du của Văn Phụng để nhắc đến mấy chữ "có ai biết đâu chuyện tình cờ":

Có ai biết chăng chuyện tình cờ.

Có ai biết đâu nào mà ngờ.

Vào một đêm trăng sáng,

hồn nhạc thơ lai láng,

thiết tha êm đềm mơ hồ.

Năm 1981, chàng sinh viên trẻ thuở nào lại … vác bút nghiên trở lại Laval. Nhưng lần này tôi đóng vai gõ đầu trẻ. Tôi được cái vinh hạnh lớn trong đời: tôi trở thành giáo sư của phân khoa kỹ thuật cơ khí (département de génie mécanique), nơi mà tôi đã học, đã được đào tạo và tốt nghiệp. Lúc này thì tôi không còn bỡ ngỡ như những ngày đầu tiên đến Laval. Tôi hòa nhập với nếp sống mới rất dễ dàng cho đến khi đổi việc về lại Ottawa năm 1989. Và từ đó tôi làm việc ở Trung Tâm Nghiên Cứu Quốc Gia (N.R.C.) cho đến năm 2008 khi tôi về hưu.

Ngày nay ngồi ôn lại những giây phút êm đềm thời xa xưa, lòng tôi tràn đầy sự biết ơn. Tôi đã may mắn có một cuộc sống không nhiều truân chuyên. Và những ngày xưa thân ái đó tôi xin gói ghém trong những bài viết ngắn trên đặc san Đất Lạnh để ghi lại một phần những tình cảm đậm đà mà tôi đã chia sẻ cùng bạn. Xin chép xuống đây vài dòng của bài hát "Những Ngày Xưa Thân Ái" của Phạm Thế Mỹ và xin bạn cùng tôi hát theo cho vui:

Những ngày xưa thân ái anh gởi lại cho ai

Gió mùa xuân êm đưa rung hàng cây lưa thưa

Anh cùng tôi bước nhỏ áo quần nhăn giấc ngủ

Đi tìm chim sáo nở ôi bây giờ anh còn nhớ?

Xin tạm ngừng bút và thân chúc các bạn luôn vui và nhiều sức khỏe. Dưới đây là vài tấm hình của những ngày xưa thân ái mà tôi đã được hạnh phúc sống qua:

Hình 1: Ban Du Ca và ca hát giúp vui trong đám cưới anh Định chị Phương

(hình các chị Tuý, Hạnh và Lan, đằng sau: Kỷ, Đỉnh và Vinh "dài")

Hình 2: Hát giúp vui trong đám cưới anh Thành chị Nguyệt

(người bị che khuất trên hình là anh Toàn nhà ta, ca sĩ trứ danh Laval thời bấy giờ)

Hình 3: Ban Hợp Ca Sinh Viên VN (đại học Laval) trình diễn trong đêm văn nghệ gây quỹ cho chương trình bảo lãnh người Việt tị nạn trên các đảo ở Nam Dương và Mã Lai (1989)

Hình 4: chàng tuổi trẻ vốn dòng "hào kiệt", hình chụp trước cái máy đo ở N.R.C. (Ottawa, 1973)

TẢN MẠN LẦN CUỐI TRƯỚC KHI RỜI KHỎI YAOUNDÉ

Mùa mưa năm nay ở Yaoundé kéo dài hơn mọi năm. Cứ mỗi lần nhìn qua khung cửa sổ, thấy mây đen vần vũ, tôi lại nhớ đến bầu trời Sài Gòn mùa mưa năm nào, lúc còn cắp sách đến trường Nguyễn Trãi.

Bầu trời Sài Gòn của tháng năm tháng sáu vào buổi chiều, mây mưa kéo đen nghịt. Rồi mưa đổ xuống một trận thật to...

Không hiểu sao tôi lại thích mưa như thế. Nằm nghe mưa rơi lộp độp trên mái nhà mang lại cho tôi thật nhiều cảm thọ khoan khoái và an lành. Có người hỏi tôi khi anh rời xứ sở này thì anh sẽ quyến luyến nhớ đến những gì nhất. Và dĩ nhiên câu trả lời đầu tiên của tôi sẽ là …chắc tôi nhớ mưa Yaoundé nhất…

Tôi đã có sẵn rất nhiều câu trả lời cho câu hỏi này vì tôi đã nghĩ đến những điều này từ trước. Dù biết rằng càng luyến tiếc thì càng khổ, nhưng tôi sẽ xin cố gắng luyến tiếc vừa phải thôi…Quyến luyến người, quyến luyến cảnh vật chung quanh mình, đạo Bụt đã nói đến cái khổ số tám này mà có thể các bạn đã đọc được trong các sách giảng về Bốn Sự Thật Tuyệt Vời.

Và như đã nói, cái mà tôi sẽ nhớ nhất là những cơn mưa to đổ nước xuống thành phố Phi Châu đất đỏ này. Mưa xối xả. Mưa nặng hột. Mưa rào. Mưa như trút nước… Nói đến đây trong óc tôi lại thoáng nghĩ đến một bài hát về mưa của cố nhạc sĩ Văn Phụng mà tôi chép lại dưới đây để bạn cùng hát với tôi. Bài nhạc viết theo điệu valse, nhảy múa như tiếng mưa rơi, thánh thót, êm đềm:

…Mưa rơi rơi trên đường, mưa rơi suốt canh trường

Mưa rơi ướt phố phường, mưa trôi lá trong vườn,

Mưa đang tí tách reo ven tường.

Mưa rơi trên sông dài, mưa qua khắp non đoài

Mưa cho thắm hoa đời, mưa cho hết u hoài

Mưa cho đám lúa non mỉm cười…

Viết về mưa như thế, theo tôi, không có ai có thể viết hay hơn được. Nhạc viết theo điệu valse vừa vui vừa trẻ trung tươi mát.

Nhiều khi tôi nghĩ tôi may mắn được lớn lên ở miền Nam và có đủ phước duyên để đón nhận và được hưởng những bài hát thật hay như thế. Tôi nghĩ những người trẻ cùng thời, đẻ và lớn lên ở miền Bắc, chắc không được hạnh phúc bằng dân miền Nam vì trong suốt thời kỳ chiến tranh Nam Bắc (1954-75) văn nghệ sĩ miền Bắc hình như không làm được những bài nhạc hay và trữ tình như văn nghệ sĩ miền Nam vì người dân miền Bắc phải sống nhiều trong lo âu và thiếu thốn, ngoài ra còn phải bị Đảng bắt lo nào hết thi đua công tác chiến đấu đến thi đua sản xuất, không còn thì giờ và đầu óc thảnh thơi để sáng tác. Ngày nay một số những bài nhạc miền Nam trước 75 được gọi là nhạc vàng này (có lúc đã bị gọi là nhạc ngụy) đã bắt đầu được cho hát lại khắp nơi trong nước.

Việc thứ nhì mà tôi sẽ nhớ đến là trái cây hoa quả. Nào xoài, nào đu đủ, nào măng cụt, nào cam, nào dưa hấu, nào quít, nào mảng cầu, nào chuối…Kể sao cho hết. Quả nào cũng tươi cũng ngon. Mua ngày nào ăn ngày đó. Những quả đu đủ solo (tên gọi ở đây) tuy bé và tròn nhưng đỏ hỏn bên trong và ngọt lịm. Nhưng quả xoài ngoài vỏ nhiều khi tuy trông xanh nhưng bên trong ruột đã chín vàng …

Hoa mọc đầy vườn. Những cây bông giấy được trồng bé tí cách đây hai năm lúc mới đến xứ sở này bây giờ đã mọc lên cao nghệu đến đầu tường, trổ bông sặc sỡ đủ màu đỏ tím vàng óng ánh lay động mỗi khi có cơn gió nhẹ thổi và lấp lánh lung linh dưới tia nắng chiều yếu ớt. Những cây hoa đại, hoa hồng cũng thi sắc tặng chủ nhà những đóa hoa trắng, đỏ, vàng, rực rỡ. Đó là chưa kể đến vài cây ăn trái trong vườn, cây mảng cầu xiêm, cây a vô ca chê, cây ổi và cây lựu. Tha hồ ăn. Mùa nào trái ấy. Được ngắm hoa tươi đủ màu, được ăn những trái cây vùng nhiệt đới tươi ngon là một hạnh phúc lớn.

Việc thứ ba mà tôi sẽ lưu luyến là những người bạn dễ thương mới quen. Từ bạn đen (phần lớn là người bản xứ) đến bạn trắng (những người ngoại quốc Âu Mỹ đến đây làm việc). Tôi không có bạn Tàu từ Trung Quốc mặc dù họ rất đông ở thành phố này. Bạn da vàng thì có gia đình Việt Nam duy nhất ở Cameroun, bác Dân và hai đứa con trai, mà chúng tôi luôn khắng khít. Chưa đến ngày đi mà bác đã buồn. Nói đến đây tôi phải tải ngay tấm hình chụp hôm ăn Tết VN ở nhà bác Dân năm 2010 để các bạn cùng xem.

[từ trái sang phải đứng: Dustin và Lara, Phước (con bác Dân), bác Dân, cô Lan my house, Hiệp (con bác Dân), tui, linh mục Jean-Baptiste (hay chúng tôi còn gọi là cha Quang), và người ngồi là linh mục (Frère) Eugène Lý]

Các linh mục người Việt Nam đã rời xứ này từ năm ngoái. Hiện tại có Soeur Lệ đang làm việc trong rừng sâu phía Nam, sống chung với những người Pigmees. Chúng tôi đã được dịp gặp Soeur Lệ, một người tu đạo Chúa dòng Les Soeurs de Jésus. Sơ còn trẻ, tuổi ngoài 40, mà đã có chí hướng sống vì đạo, giúp người giúp đời, thật đáng phục.

Nói về những người dễ thương mà tôi đã gặp trên xứ sở này thì nói mãi không hết. Những người bạn da trắng làm việc chung trong hội những người ngoại quốc xa xứ (club des expats). Hội này đã đem lại nụ cười cho rất nhiều em bé mồ côi (xem hình em bé trai) hoặc tiêu biểu như hình em bé sứt môi được chữa lành kèm đây.

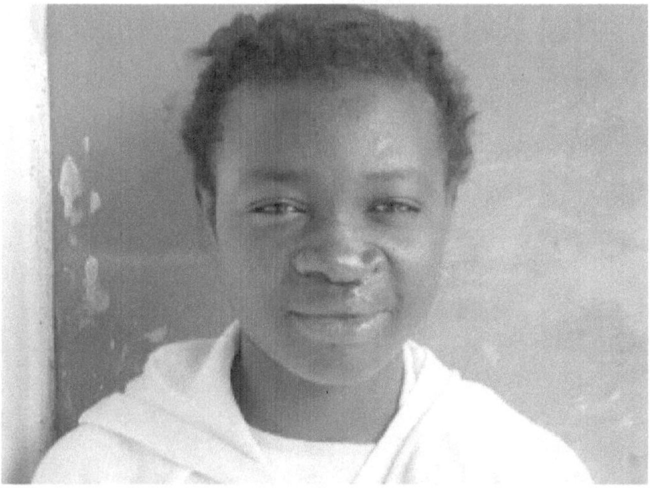

Tiền quỹ từ thiện mà các anh chị expats thu vào được tuy ít nhưng cũng đóng góp phần nào trong việc làm vơi đi những khó nhọc khổ đau của người dân bất hạnh ở đây. Trong những làng tôi được dịp ghé qua trong những cuối tuần đi làm việc từ thiện, có những nơi dân làng phải đi bộ hàng chục cây số để được gặp những bác sĩ mà chúng tôi đem đến (chương trình ASCOVIME mà chúng tôi tài trợ). Xin quý vị xem vài tấm ảnh trong trang sau này chụp trong chuyến đi làng Mebou cách Yaoundé 26 cây số. Dân làng xếp hàng để được khám bệnh và cho thuốc dài cả trăm thước. Thật khốn khổ cho người dân Phi Châu.

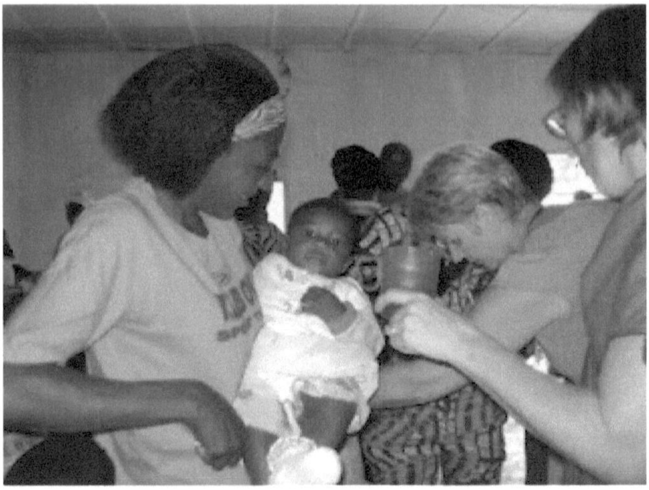

Nói đến những việc làm từ thiện tôi lại nhớ đến những hôm đi thăm bà Soeur Denise Pariseau ở nhà tù Kondengui. Nhà tù Kondengui được xây ở Yaoundé vào những năm 1980, nhà tù này lớn nhất xứ Cameroun, và ở đây tôi đã gặp những bà sơ đạo Chúa tận tình chăm sóc những tù nhân phải sống trong những điều kiện vật chất vô cùng thiếu thốn. Nhà tù này được xây cho 500 tù nhân mà số tù nhân hiện nay đã lên hơn 4000 người trong đó phụ nữ, đàn ông, và thanh thiếu niên chen chúc sống. Phần lớn họ là những tù nhân hình sự (trộm cướp, đâm chém đánh nhau...), phần còn lại có phòng riêng và nhiều tiện nghi vật chất hơn là những ông bộ trưởng, những ông giám đốc bị bắt về tội tham nhũng trong chuyến càn quét của nhà nước có tên là Opération Épervier. Chưa thấy xứ nào như xứ này, vào trong tù rồi mà vẫn còn phân chia giai cấp, tù giàu có mua được tiện nghi và tù nghèo bị bạc đãi. Tôi thật phục và quý mến các bà sơ người Gia Nã Đại này nhất là bà Denise Pariseau. Với vóc dáng bé nhỏ và mảnh khảnh, bà đi vào nhà tù Kondengui như đi chợ, ngày nào cũng có mặt và tù nhân ai cũng kính nể và quý mến bà. Tiền quỹ chúng tôi giúp làm lại các ống dẫn nước của nhà tù, sửa chữa trang bị nhà bếp đơn sơ của trại tù thiếu niên dưới 18 tuổi, và trang bị một thư viện di động bé phía tù nhân đàn bà.

Kể thế nào cho hết những quyến luyến mặc dù chỉ sau gần ba năm ngắn ngủi sống ở đây. Có một thứ quyến luyến nữa mà tôi vừa chực nhớ ra, đó là căn phòng terrasse rộng mát mà ngày nào tôi cũng ngồi đó học hoặc đọc sách nghe nhạc. Terrasse này giống như loại sân thượng ở Việt Nam mình và ở đây vì sợ muỗi độc, người ta đã bọc lưới chung quanh. Muỗi độc ở đây thì ghê lắm. Đã có vài người Gia Nã Đại chết ở xứ này vì bệnh sốt rét. Căn nhà xinh xắn của chúng tôi hoàn toàn được bọc lưới chu đáo và không một chú muỗi Phi Châu nào vào được.

Ngồi đọc sách, tôi có thể nhìn ra và thấy toàn diện vùng đồi núi của thành phố Bastos (nằm sát bên cạnh trung tâm thành phố) và ngày nào có nắng đẹp tôi nhìn thấy rõ ràng dinh thống nhất với lá cờ Cameroun bay phất phới trên nóc dinh. Đây là nơi làm việc và cư ngụ của tổng thống xứ Cameroun, Ngài Paul Biya, năm nay cũng sắp sửa bát tuần. Bà Chantal Biya, đệ nhất phu nhân, cũng ở tại đây mặc dù bà có một dinh thự riêng rất nguy nga nằm bên cạnh Tòa Đại Sứ Mỹ ở Yaoundé. Bà là vợ đời thứ hai của tổng thống (vợ đầu của ông mất vì bệnh), trẻ hơn ông nhiều, và khi ra trước công chúng bà luôn luôn được chú ý với búi tóc giả đỏ hoe và cao bồng bềnh.

Rồi còn cái nhớ nữa là tiếng chim và tiếng gà gáy sáng. Sáng nào cũng thế, cứ đúng sáu giờ sáng, lúc mặt trời ló dạng, là có tiếng gà gáy và tiếp theo là tiếng chim líu lo hót, tưng bừng rộn rã. Những buổi sáng như thế không có tiếng xe rầm trời và mùi xăng khét lẹt như ở Sài Gòn ngày nay. Những buổi sáng ở thành phố bé Phi Châu này thật êm ả. Chưa bao giờ tôi được gần gũi thiên nhiên như vậy kể từ khi xa Việt Nam. Xóm tôi ở Tân Định trước kia (vào những năm 60) cũng có nhiều cây và vườn tược. Cũng đầy hoa dông, hoa bưởi, hoa cam và bông giấy. Và cũng được nghe tiếng gà gáy và tiếng chim hót mỗi sáng. Cách đây hai năm tôi về lại xóm cũ, cây không còn, nhà làm bằng xi măng mọc san sát nhau. Hàng xóm không còn đi lại giao thiệp như trước nữa. Cây không còn mà vườn tược cũng hết sạch, nghĩ gì đến chim, đến gà...Những phát triển quá vội vàng và thiếu tổ chức đã làm Sài Gòn của tôi không còn như trước. Đây là một giá khá đắt người dân Sài Gòn phải trả trước sự bành trướng vật chất nhanh chóng và thiếu kế hoạch này. Và may mắn cho tôi, tôi đã tìm lại được những hình ảnh và âm thanh đã mất ở Phi Châu.

Những kỷ niệm đẹp đó sẽ được in sâu vào tâm khảm tôi. Ra đi nhưng lòng cũng có chút ngậm ngùi. Coi như một trang nữa của đời mình đã được lật qua...Người ta thường nói "yêu là chết trong lòng một ít", riêng tôi tôi nghĩ chính là ra "đi mới chết trong lòng một ít"...Và tôi đã ra "đi" không biết bao nhiêu lần. Lần rời quê hương đi du học lúc vừa tròn mười tám tuổi, khi cánh cửa máy bay đóng sầm, nhìn mẹ tôi vẫy chia tay con mình với bóng bà thấp thoáng đứng cùng những người thân và bạn bè trong phi cảng Tân Sơn Nhất nóng hừng hực dưới mặt trời gay gắt trưa hôm đó, nước mắt tôi đã tự dưng ràn rụa và giọng nói tôi run run. Tôi đã có linh cảm đó là lần chia tay cuối cùng và tôi sẽ không còn được gặp lại mẹ tôi nữa…Lần ra đi thứ hai là lần tôi rời xa gia đình và đứa con đầu lòng để đi du học một mình bên xứ Tây, tôi đã không khóc dạo ấy nhưng cũng phải cắn răng lên đường…Nói đến đây tôi lại nhớ đến một bài hát mà tôi nghĩ các bạn đã từng được nghe qua giọng hát của Thanh Thuý hoặc Hoàng Oanh, bài Từ Giã Kinh Thành, mời các bạn cùng hát với tôi, điệu boston hay valse chậm:

Ra đi một sớm buồn

Sương mờ chập chùng buông

Mênh mang ôi lạnh lùng hồn xao xuyến!

Chia ly một bóng người

Âm thầm dìu chân tôi

Lưu luyến đưa vài tiếng lên đường

Thôi nhé, giã từ những con đường đất đỏ, giã từ những bông hoa, giã từ những người bạn thật dễ thương và xin cảm ơn bạn, xin cảm ơn hoa, xin cảm ơn…thành phố có em…Xin cảm ơn thành phố có em…Em còn đó vì tôi còn đây, tôi có đây vì em có đó (tôi bắt chước theo nguyên lý duyên khởi của đạo Bụt)…Hay là mười năm hai mươi năm nữa quay về chốn cũ, cố tìm lại bóng dáng người thân, như thi sĩ Nhất Hạnh đã viết trong bài Bướm Bay Vườn Cải Hoa Vàng mà tôi rất thích:

...tóc mẹ tôi còn xanh và dài chấm gót

áo em tôi phơi còn phất phơ bay trước dậu

nắng sớm mùa thu

tôi ở đây chính thực vườn xưa

những cây ổi trái chín thơm

những lá bàng khô thắm

đẹp

rụng

còn chạy la cà trên sân gạch

tiếng hát vẳng bên sông

những gánh rơm thơm vàng óng ả

trăng lên, quây quần trước ngõ

vườn cải hoa vàng, chính mắt tôi vừa thấy sáng qua...

Hay là có chút ngậm ngùi như Tô Thùy Yên trong bài Ta Về:

...Ta về cúi mái đầu sương điểm,

Nghe nặng từ tâm lượng đất trời.

Cám ơn hoa đã vì ta nở.

Thế giới vui từ mỗi lẻ loi...

Cái hoa kia có thể lẻ loi đơn chiếc, thi sĩ Tô Thùy Yên đi tù cải tạo về đã tìm được một phút giây hạnh phúc khi ông nhìn thấy hoa. Thực thế, có rất nhiều những mầu nhiệm chung quanh ta và nếu ta bận bịu quá với cuộc sống, ta sẽ không có may mắn tiếp xúc được với những mầu nhiệm đó. Một bông hoa, bầu trời xanh, đám mây trắng, ánh mắt dịu hiền của một người bạn, đó là những hạnh phúc lớn. Nhưng bên cạnh những mầu nhiệm đó cũng đầy dẫy những khó khăn nhọc nhằn vì con người phải kiếm sống. Trừ phi mình đẻ trên đống vàng. Cuộc sống hằng ngày cũng đầy dẫy những tranh đua và phiền não. Và một trong những phiền não lớn ở đây là khi chúng tôi phải lái xe trong thành phố. Mà nói đến lái xe thì không đâu lái xe ẩu và ngang ngược bằng Phi Châu, nhất là ở Cameroun. Khi tôi rời xứ này tôi sẽ nhớ mãi cách lái xe "không lề lối" nhất thế giới của người bản xứ. Xe to chèn xe bé. Xe tới trước chặn đường xe tới sau. Và các tài xế xe taxi ở đây thì không còn chỗ để nói, họ lái ngang ngược vô tội vạ. Hình như họ nghĩ xe họ làm bằng giấy. Và khi lái họ chỉ nghĩ đến chính họ và không nghĩ được đến những xe chung quanh. Cách lái vô cùng ích kỷ này thường gây ra những vụ kẹt xe lớn ở Yaoundé. Nhiều khi tôi cũng muốn tự khuyên mình trước những hoàn cảnh khó khăn như thế và luôn tự nhủ mình bằng hai câu kệ học được trong một khóa tu thiền năm xưa:

Vạn vật tranh sống trên quả đất này

Nguyện cho tất cả có bát cơm đầy

Và tôi cố giữ tâm mình hiền hòa bao dung trước mọi khó khăn và hình như tôi chỉ thành công được có...vài giờ ngắn ngủi, cho đến khi tôi bị một chiếc taxi cúp ngang một cách táo bạo trên đường đi. Tâm cao bồi "Made in Xóm Đạo Tân Định Sài Gòn" của tôi lúc đó nổi lên cuồn cuộn. Tôi mất cả chánh niệm, kéo cửa kính xe xuống, vung tay trái kiểu người Pháp để ám chỉ "va te faire foudre" hay "f**ck you" và nói với hắn bằng một tràng tiếng québecois: "mon petit crissse de tabashlakkk...conduis toé comme du monde, crissse...". Hắn không hiểu tiếng và giọng québecois, lại nhe một đống răng trắng nõn, cười toe toét và chọc lại tôi: nị hảo nị hảo!!! Hắn tưởng tôi là người Trung Quốc. Thế là mình cũng hết giận khi thấy nụ cười của hắn, nụ cười giống nụ cười tôi đã được xem khi còn bé ở Sài Gòn, trên những bích chương quảng cáo kem đánh răng Hynos với hình một ông người da đen cười thật tươi với hàm răng trắng phếu...

Đêm đã khuya. Tản mạn về chuyện xứ con khỉ thì viết thế nào cho hết. Tôi xin tạm ngừng kể chuyện xứ con khỉ Phi Châu và thân chúc các bạn một ngày vui.

BỐN MƯƠI BỐN NĂM SAU CỬU LONG CẠN NGUỒN, BIỂN ĐÔNG CẠN KIỆT

Như mọi năm, ngày 30 tháng 4 vẫn là ngày được đồng bào Việt Nam ở khắp năm châu tưởng niệm. Phần lớn những người Việt tị nạn trên thế giới gọi ngày 30 tháng 4 là Ngày Quốc Hận. Ngày này 44 năm trước là một ngày cả miền Nam chìm trong một khung cảnh hỗn độn, nhốn nháo, đầy khói lửa, nước mắt và tang thương.

Trong lúc những chiếc xe tăng T-54 "Made in Soviet" của quân đội chính quy CSVN húc tung cánh cửa sắt và cày nát thảm cỏ xanh của Dinh Độc Lập, thì hàng ngàn người và cuối cùng là hàng triệu người miền Nam đã lũ lượt, cầm lòng, gạt nước mắt, liều lĩnh bỏ xứ ra đi.

Ông Nam Lộc, một MC chuyên nghiệp với các chương trình văn nghệ của Trung Tâm ASIA, đã vẽ lên bức tranh quang cảnh Sài Gòn ngày 30 tháng 04 năm 1975 qua bài nhạc ông sáng tác thật cảm động [1] với những lời lẽ vô cùng thắm thiết:

Tôi bước đi, khi Sài Gòn trong cơn hấp hối

Ôi! Sài Gòn chờ đợi thở hơi cuối cùng

Tôi bước đi Tân Sơn Nhất lửa khói ngập trời

Khu thương xá cửa khép cuộc đời

Những con tàu ngơ ngác ra khơi.

Và năm nào cũng thế trong suốt 44 năm qua, "một triệu người buồn" [2] ôm hận ra đi đó đã không bao giờ quên được ngày 30 tháng 04. Tấm hình mới nhất chụp năm 2018 cho thấy Ngày Quốc Hận đã được chính quyền Canada tiếp tục ủng hộ và đặc biệt một buổi lễ thượng kỳ đã được diễn ra long trọng ngay trong khuôn viên của Quốc hội xứ sở tự do này. Một rừng cờ vàng ba sọc đỏ bay phất phới lẫn lộn với cờ lá phong Canada và cờ xanh Fleur de Lys của tỉnh bang Québec.

Trời xanh ngát và tiết trời cũng đang chập chững sang xuân nên còn khá lạnh. Tuy thế, khí thế của ngày quốc hận rất cao đã là động cơ thúc đẩy rất nhiều bác lớn tuổi, đầu đội mũ len và mình khoác áo măng tô mùa đông, hăm hở lên đường.

Đoàn người về từ khắp nơi, từ Montréal, từ Toronto

và nhiều nơi khác. Vì đường xa, đồng bào ta đã phải dậy thật sớm lên đường, để đến nơi cho kịp giờ làm lễ với sự góp mặt của người Việt tị nạn sinh sống tại Ottawa, cũng như các đoàn thể tôn giáo, chính trị và văn hóa trong cộng đồng người Việt khắp Canada.

Rồi từng nhóm nhỏ một, những người về dự lễ tưởng niệm ngày 30 tháng 04 cũng không quên ghé viếng Đài Tưởng Niệm Mẹ Bồng Con tại góc đường Preston và Somerset.

Hình thứ nhì trên đây cho chúng ta một khái niệm về một buổi lễ tưởng niệm hàng năm do cộng đồng người Việt tự do Ottawa (CDNVTDO) tổ chức tại Đài Tưởng Niệm Mẹ Bồng Con vào ngày 30 tháng 04. Địa điểm này đã được Thành Phố Ottawa đồng ý cho phép đặt tên Công Trường Sài Gòn (Saigon Square, Carré de Saigon), một thành quả lớn lao đạt được nhờ vào những nỗ lực của Trung Tâm Người Việt Canada (TTNVC, xin xem tường thuật đăng trên Thời Báo Canada [3]) và một buổi lễ khánh thành Công Trường Sài Gòn đã được tổ chức vào mùa hè năm 2018.

Hình chụp ông đô trưởng thành phố Ottawa Jim Watson cùng các quan khách, dân biểu và nghị viên thành phố Ottawa hôm khánh thành Công Trường Sài Gòn (2018)

Chính năm 2015, cũng tại xứ sở thân yêu Canada này, dự án S-219 của Thượng Nghị Sĩ Ngô Thanh Hải đã được quốc hội Canada biểu quyết thông qua và được Ngài Toàn Quyền Canada phê duyệt ngày 23 tháng 4 năm 2015. Ngày 30 tháng 4 được đưa vào hiến pháp Canada như một ngày lễ quốc gia và luật S-219 còn có tên là *Cuộc Hành Trình Tìm Tự Do* của người Việt tị nạn tại Canada. Độc giả có thể tìm trên báo *Le Devoir*, bài nói rộng rãi hơn về luật S-219 ở mục [4] trong danh sách tham khảo nếu các bạn nào có chút vốn liếng về ngôn ngữ của Molière.

Riêng năm 2018 có 2 bài viết mới cũng bằng tiếng Pháp nói về ngày 30 tháng 4. Bài thứ nhất của tác giả Trần Anh Kiệt đăng trên tờ La Presse [5] nói về sự trả thù tàn độc của nhà cầm quyền Bắc Việt đối với dân miền Nam, là một trong những nguyên nhân chính đưa đến những cuộc vượt biên, vượt biển của hàng triệu người. Một cuộc di cư vĩ đại chưa từng có trong lịch sử Việt Nam.

Bài thứ hai [6] cũng gây chú ý không kém là bài của ký giả nổi tiếng người Canada, bà Lysiane Gagnon, nói về việc chính bà đã bị lừa và bị lôi cuốn vào việc phản đối chiến tranh Việt Nam tại Canada trong thập niên 60. Ngày nay bà đã khám phá ra sự thật: con đường phản chiến và say mê chủ nghĩa Mác-Lê của những sinh viên trẻ ở khắp nơi trong những năm đó, trong đó có bà, vì say mê và ngu muội, đã hoàn toàn không nhìn thấy những địa ngục trần gian đang diễn ra dưới ách thống trị của Stalin, của Mao và những khổ đau của dân tộc Việt Nam. Bà thú nhận là bà đã mê muội chạy theo ủng hộ một phong trào thời bấy giờ mà không biết điểm đến cuối cùng và bà tự nói sẽ không bao giờ đi vào bánh xe đó nữa.

Và còn không biết bao nhiêu những lý do liên hệ chằng chịt khác đưa đến ngày quốc hận 30 tháng 4. Quốc hận đây chính là cái hận đớn đau mất nước vào tay kẻ xâm lăng. Cái hận của cả một dân tộc:

1. Chúng ta oán hận nhà nước Mỹ và đồng minh đã bỏ rơi Việt Nam Cộng Hòa (VNCH). Hiệp định Paris năm 1973 là cấu kết của một quá trình dàn xếp chính trị đi đêm giữa Mỹ và Trung Cộng, dắt đến việc Mỹ án binh bất động trước cuộc xâm lăng Hoàng Sa vào tháng Giêng năm 1974 mà các chiến sĩ hải quân VNCH đã anh dũng hy sinh chống trả.

2. Chúng ta oán hận người CSVN đã làm cho chúng ta

mất mát và khổ đau rất nhiều với chính sách khắc nghiệt đàn áp người dân miền Nam nói chung và quân dân chính cán bộ miền Nam nói riêng, không nương tay, ngay sau khi họ chiếm được miền Nam. Tội ác này đã được sách vở nói đến rất nhiều và sẽ đến lúc những nhà lãnh đạo đảng CSVN sẽ phải chịu tội trước quốc dân và cộng đồng nhân loại về những tội ác chống nhân loại này. Nhà cầm quyền CSVN hiện nay vẫn nhởn nhơ tiếp tục làm cho vết thương 1975 ngày càng lở loét, "bên thắng cuộc" [7] với "một triệu người vui" vẫn tiếp tục hô hào ăn mừng cái chiến thắng mà họ gọi là "đánh cho Mỹ cút Ngụy nhào" và năm nào nhà nước CSVN cũng tổ chức diễn binh rầm rộ và cho bắn pháo bông tưng bừng chào mừng ngày mà họ gọi là ngày "giải phóng miền Nam".

3. Chúng ta oán hận nhà nước CSVN, sau 44 năm từ ngày chiếm được miền Nam, đã đưa nước Việt Nam vào một tình huống khó khăn có nhiều khổ đau và oan trái với chính sách công an trị tàn bạo, với pháp luật lỏng lẻo, thiếu công lý và đạo đức con người, trong xã hội ngày càng tụt hậu [8] [9]. Thêm vào đó có 4 vấn nạn lớn rất khó giải quyết trong tình trạng độc đảng độc quyền hiện nay:

(i) Tình trạng tham nhũng ở Việt Nam ngày càng trầm trọng [10] [11],

(ii) Tàu Cộng cướp lãnh hải và lãnh thổ Việt Nam dưới chính sách nhu nhược và hèn hạ của nhà nước VN (như được trình bày trong quyển sách dầy 856 trang của học giả Trương Nhân Tuấn [12]). Theo ước lượng nghiên cứu của học giả này, ta đã mất cho Tàu Cộng 200 m đất tại Đại Nam Quan, mất một nửa thác Bản Giốc, mất 11 ngàn cây số vuông (11.000 km2) biển trong vịnh Bắc Việt và theo ông TNT, việc mà chúng ta biết được chỉ là phần nổi của một tảng băng chìm, tức là chỉ khi nào các bản đồ chính thức của hiệp ước Thành Đô (1999) được công bố, ta sẽ thấy có thêm bao nhiêu đất thật sự bị mất. Tình hình biển Đông, dựa trên những luận án của các sinh viên các đại học quân sự Mỹ và một số học giả Việt Nam, ngày càng trở nên nghiêm trọng [13],

(iii) Cửu Long cạn dòng: Vào đến năm 2020 sẽ có cả thảy 28 đập thủy điện trên dòng chính sông Mékong. 16 con đập nằm bên Trung Quốc và 12 con đập nằm dọc theo sông Mékong trên lãnh thổ Lào. Những con đập này đã và đang tiếp tục ngăn cản và phá vỡ sự vận chuyển tự nhiên của hàng triệu tấn cá và hàng triệu tấn phù sa xuôi dòng về hạ lưu như bác sĩ Ngô Thế Vinh đã từng lên tiếng [14] [15]. Thêm vào đó, những công trình nông nghiệp của các nước Lào, Cam Bốt và Thái Lan đang thi nhau rút tỉa gần hết phân nửa lưu lượng nước sông Cửu Long [16]. Tình trạng vùng đồng bằng sông Cửu Long (ĐBSCL) vô cùng thê thảm. Nước mặn từ biển kéo vào và đang ăn khá sâu vào mảnh đất phì nhiêu của ĐBSCL như theo hình dưới đây chép lại từ bài nghiên cứu của kỹ sư Nguyễn Minh Quang [16].

(iv) Biển Đông cạn kiệt: Hoạt động xây lấn biển và khai thác hải sản không ngừng nghỉ trên biển Đông của Trung Quốc là nguyên nhân chủ yếu đưa đến sự bóp nghẹt các rạn san hô và hệ sinh thái biển Đông. Dựa vào sức mạnh quân sự, Trung Quốc dùng cảnh sát biển hỗ trợ ngư dân TQ đánh cá ào ạt không theo bất cứ luật quốc tế nào [17].

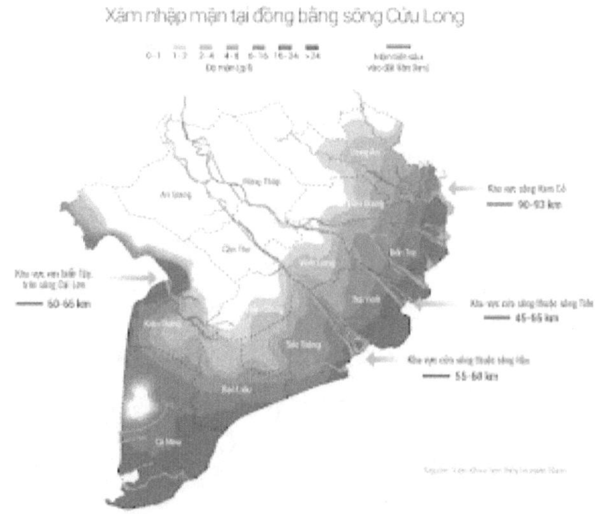

Photo Courtesy

Tình trạng hải sản dọc bờ biển VN cũng không khá hơn. Thảm hoạ môi trường lớn nhất từ trước đến nay gây ra bởi nhà máy thép Formosa đã làm chết nguyên một vùng biển VN trên một dãi sơn hà dài hơn 400 km. Theo sự đánh giá của nhiều quan sát viên ngoại quốc thì khu vực biển miền Trung Việt Nam có thể phải mất cả nhiều thập kỷ mới có thể hoàn toàn hồi phục. Vào ngày 30/6/2016, Bộ Tài Nguyên và Môi Trường VN đã tổ chức họp báo và ông Trần Hồng Hà đã công bố nguyên nhân cá chết là do chất thải gây ô nhiễm từ Công ty Hưng Nghiệp Formosa vượt quá nồng độ cho phép. Nguồn thải được xả trực tiếp ra biển, từ nhà máy Formosa, chứa độc tố bao gồm cyanide, phenols và hydroxide sắt [18] là nguyên nhân gây ra thảm họa ô nhiễm môi trường biển này, tiêu diệt rất nhiều loài hải sản và san hô ở tầng đáy biển.

Theo tin tức thống kê trong nước gần đây, có gần 20

ngàn lao động tại 4 tỉnh bắc miền Trung chịu tác động bởi thảm họa môi trường Formosa phải bỏ quê hương ra nước ngoài làm công theo diện xuất khẩu lao động. Ngoài ra còn phải kể thêm những chất thải đổ xuống biển và đất liền bởi những nhà máy nhiệt điện sử dụng than. Đa số những nhà máy nhiệt điện than này nằm dọc ven biển VN từ Vũng Áng, Vĩnh Tân xuống đến một số nhà máy khác về phía Nam như các nhà máy Sông Hậu, Kiên Lương, Long Phú, Duyên Hải, Quảng Ninh, và Cần Giuộc đã đổ chất thải xuống biển từ nhiều năm nay theo bài viết của giáo sư Mai Thanh Truyết [19].

Nhưng chúng ta không chỉ biết oán hận hay trách người, trách Trời. Mỗi người trong chúng ta, dù sống ở đâu, cần ý thức được mối hiểm hoạ mất nước vào tay Tàu Cộng, cần nỗ lực góp sức bảo vệ tổ quốc, hỗ trợ phong trào dân chủ và đồng bào trong nước, dẹp bỏ bè lũ CS tay sai ngoại bang, giành lại quyền làm chủ và xây dựng đất nước, theo kịp đà tiến hoá chung của nhân loại.

Rồi đây, 30 tháng 4 sẽ là ngày Lễ Phục Quốc!

Yaoundé một chiều mưa cuối tháng 4

Danh sách tham khảo:

[1] Xin Đời Một Nụ Cười – Nam Lộc

[2] Cuối năm 2004, khi nhắc đến cuộc chiến tranh đã lùi xa gần ba mươi năm, cựu thủ tướng CSVN Võ Văn Kiệt phát biểu: "nhiều sự kiện khi nhắc lại, có hàng triệu người vui mà cũng có hàng triệu người buồn"

[3] http://thoibao.com/le-duy-can-cong-truong-sai-gon-mong-uoc-thanh-hien-thuc/

[4] https://www.ledevoir.com/opinion/idees/438684/la-chute-de-saigon-quarante-ans-plus-tard

[5] http://plus.lapresse.ca/screens/2c919927-e86e-499b-87b7-5a6af3b706bf__7C___0.html?utm_medium=Email&utm_campaign=Internal+Share&utm_content=Screen

[6] http://plus.lapresse.ca/screens/f9bc4d5a-ce98-4bf2-b70d-506368753dc8__7C___0.html?utm_medium=Email&utm_campaign=Internal+Share&utm_content=Screen

[7] Bên Thắng Cuộc, tác phẩm của Huy Đức

[8] https://www.danluan.org/tin-tuc/20141216/van-de-viet-nam-nhung-van-de-nhuc-nhoi-cua-mot-xa-hoi-co-tien-trinh-dan-chu-so-khai

[9] https://www.danluan.org/tin-tuc/20141216/van-de-viet-nam-nhung-van-de-nhuc-nhoi-cua-mot-xa-hoi-co-tien-trinh-dan-chu-so-kh-0

[10] https://boxitvn.blogspot.ca/2012/01/au-nam-rong-tan-man-ve-hai-chu-tham.html

[11] https://baotiengdan.com/2018/12/29/nhung-con-sau-chua-trong-bay-sau-tham-nhung-viet-nam-loi-o-he-thong/

[12] Trương Nhân Tuấn (Ngô Quốc Dũng): "Biên Giới Việt Trung 1885-2000: lịch sử thành hình và những tranh

chấp", nhà xuất bản Dũng Châu, 2005 (có bán trên Amazon.com)

[13] https://anhbasam.wordpress.com/2016/04/01/7719-nhung-van-de-bien-dong-phan-2/

[14] Ngô Thế Vinh, 18/08/2014, https://www.rfa.org/vietnamese/news/people_stories/dams-on-mekong-river-ntv-08182014110918.html

[15] Ngô Thế Vinh, Cửu Long Cạn Dòng, Biển Đông Dậy Sóng, dữ kiện tiểu thuyết, 2006

[16] Nguyễn Minh Quang, 2016, http://www.vietnamthoibao.org/2016/03/vntb-tinh-trang-thieu-nuoc-o-ong-bang_20.html

[17] http://soha.vn/ngu-dan-trung-quoc-khai-thac-can-kiet-nguon-ca-bien-dong-20160831192526068.htm

[18] https://anhbasam.wordpress.com/2016/08/07/9482-chon-ca-hay-chon-thep/

[19] Mai Thanh Truyết, 2017, https://danlambaovn.blogspot.com/2017/07/nhung-du-nha-may-nhiet-ien-than-o-viet.htm

LỖ HỔNG LỚN CỦA HIẾN PHÁP VÀ CÂU TRẢ LỜI 'LÁCH LUẬT' CỦA NGUYỄN TẤN DŨNG

Vừa qua, trong buổi chất vấn tại Quốc hội Việt Nam ngày 14 tháng 11 năm 2012, đại biểu Quốc hội Dương Trung Quốc (DTQ) đã khéo léo nêu lên bốn chữ "văn hóa từ chức" như một sự gợi ý cho Thủ tướng Nguyễn Tấn Dũng (NTD) về một sự từ chức mà những viên chức của cơ quan hành chính có thể làm, đặc biệt là người đứng đầu của cơ quan ấy tức là Thủ tướng NTD.

Mặc dù ông Dương Trung Quốc không yêu cầu thẳng Thủ tướng NTD từ chức, cách nói khéo léo của ông DTQ đã được bàn tới rất nhiều qua các báo chí trên mạng và cách nói đó có thể được hiểu như một thách đố đối với Thủ tướng NTD và nội các của ông. Và ông NTD đã trả lời như sau cho sự gợi ý văn hóa từ chức này:

Về ý kiến của ĐB là có nghĩ đến văn hóa từ chức không, tôi xin trình bày ý kiến thế này. Đối với tôi, còn 3 ngày nữa tròn 51 năm tôi theo Đảng, hoạt động cách mạng, chịu sự quản lý trực tiếp của Đảng. Trong 51 năm qua, tôi không xin với Đảng cho tôi đảm nhiệm chức vụ này hay chức vụ khác. Mặt khác, tôi cũng không thoái thác hay từ chối bất cứ nhiệm vụ gì mà Đảng và Nhà nước giao phó cho tôi. Là cán bộ, đảng viên, tôi đã nghiêm túc báo cáo với Bộ Chính trị, Ban chấp hành Trung ương về bản thân mình. Đảng, Ban chấp hành Trung ương đã hiểu rõ về tôi, cả về sức khỏe, thương tật, cả về năng lực, phẩm chất, đạo đức cả về tâm tư, nguyện vọng của tôi. Đảng lãnh đạo trực tiếp tôi, hiểu rõ về tôi, Đảng ta là đảng cầm quyền, lãnh đạo Nhà nước và toàn xã hội. Đảng đã phân công tôi tiếp tục làm nhiệm vụ Thủ tướng Chính phủ, Quốc hội bỏ phiếu bầu tôi làm Thủ tướng Chính phủ thì tôi sẵn sàng chấp nhận và hoàn thành nghiêm túc mọi quyết định của Đảng, của Quốc hội. Tóm lại, có thể nói, gần suốt cuộc đời tôi theo Đảng, cách mạng, dưới sự hoạt động trực tiếp của Đảng, tôi không chạy, tôi cũng không xin, tôi không thoái thác nhiệm vụ gì mà Đảng, Nhà nước phân công. Tôi sẽ tiếp tục thực hiện nghiêm túc như đã làm trong suốt 51 năm qua.

Trước khi đi vào việc phân tích câu trả lời của TT NTD, chúng ta hãy cùng nhìn lại Hiến pháp Việt Nam, hiến pháp hiệu lực hiện nay còn được gọi là Hiến Pháp 1992 (và sau này là Hiến Pháp 2013 cũng hầu như không có thay đổi nào quan trọng so với Hiến Pháp 1992).

Văn bản Hiến pháp 1992 của nhà nước Cộng hòa xã hội chủ nghĩa Việt Nam (CHXHCNVN) minh định rõ ràng tính cách lập hiến và lập pháp tối cao của Quốc hội cũng như quy định rõ rệt chế độ chính trị, kinh tế, văn hóa, xã hội, bảo vệ Tổ quốc, quyền và nghĩa vụ cơ bản của công dân, cũng như cơ cấu tổ chức và quyền hạn của các cơ quan nhà nước. Các cơ quan nhà nước ở đây hoạt động theo phương châm (hay thể chế) "đảng lãnh đạo, nhân dân làm chủ và nhà nước quản lý". Tuần tự qua 10 chương của văn bản Hiến pháp 1992, các cơ quan nhà nước và các chức năng lãnh đạo sau đây đã được mô tả đầy đủ: Quốc hội, Chủ tịch nước, Chính phủ, Hội đồng nhân dân, Ủy ban nhân dân, Tòa án nhân dân và Viện kiểm sát nhân dân. Riêng phần Thủ tướng chính phủ thì Điều 110 ghi rất rõ ràng:

Chính phủ gồm có Thủ tướng, các Phó Thủ tướng, các Bộ trưởng và các thành viên khác. Ngoài Thủ tướng, các thành viên khác của Chính phủ không nhất thiết là đại biểu Quốc hội.

Thủ tướng Chính phủ chịu trách nhiệm trước Quốc hội và báo cáo công tác với Quốc hội, Uỷ ban thường vụ Quốc hội, Chủ tịch nước.

Điều 109 cũng ghi rõ **Chính phủ là cơ quan chấp hành của Quốc hội**. Và Điều 83 xác định tính cách *dân làm chủ* của Quốc hội qua đó Quốc hội là đại biểu nhân dân và là cơ quan quyền lực Nhà nước **cao nhất**. Đọc đến đây thì chúng ta đã có thể vỗ tay khen ngợi và mừng cho tính cách dân chủ tuyệt vời của Hiến pháp VN 1992. Ngụ ý rằng đã là cơ quan quyền lực cao nhất thì làm gì có cơ quan quyền lực nào cao hơn được. Đã là đại biểu của dân thì chắc chắn dân làm chủ rồi còn gì mà phải thắc mắc. Tuy nhiên, cái tuy nhiên chết người, cái tuy nhiên phải gió, đoàng một cái, có một ai đó vô cùng thâm độc, bắn xỉa vào cái văn bản Hiến pháp 1992 đó có một điều thôi và điều mới được bắn vào này làm vỡ toang sự liên hệ mật thiết của sự cai trị và quản lý quốc gia qua sự nối kết lá phiếu của Dân – đại biểu Quốc hội – và Nhà nước Việt Nam (gồm Chủ tịch nước, viên chức Chính phủ và những cơ quan nhân dân còn lại). Cái điều khủng khiếp này có khả năng xé tan cấu trúc lập hiến và lập pháp vững chắc của nền dân chủ Việt Nam. Nó tạo ra một cái lỗ hổng rất lớn mà tiếng Anh mình có thể gọi là *flaw* và tiếng Pháp là *faille*. Nó chính là Điều 4 của văn bản Hiến pháp Việt Nam:

Đảng cộng sản Việt Nam, đội tiên phong của giai cấp công nhân Việt Nam, đại biểu trung thành quyền lợi của giai cấp công nhân, nhân dân lao động và của cả dân tộc, theo chủ nghĩa Mác - Lê Nin và tư tưởng Hồ Chí Minh, là ***lực lượng lãnh đạo Nhà nước và xã hội****. Mọi tổ chức của Đảng hoạt động trong khuôn khổ Hiến pháp và pháp luật.*

Điều 4 Hiến pháp VN biến Quốc hội thành bù nhìn vì Quốc hội không còn là cơ quan quyền lực cao nhất nữa. Điều 4 Hiến pháp VN vô hiệu hóa tất cả những điều nào khác trong văn bản đụng tới quyền lãnh đạo nhà nước. Đây là một cái gậy thọc vào bánh xe. Ai nghĩ ra cái điều 4 này và cho vào Hiến pháp một cách ngang xương như thế này chắc chắn phải hoặc là (1) một người rất xảo quyệt và đồng thời coi thường văn bản Hiến pháp VN hoặc (2) một người dốt không hiểu tí gì về cấu trúc đầy luận lý (lôgíc) của văn bản Hiến pháp này. Từ đây ai muốn nói gì thì nói, không ai qua được điều 4 này nữa. Đảng là cơ quan lãnh đạo tối cao.

Quay lại câu trả lời của ông Nguyễn Tấn Dũng, chúng ta có thể hiểu ngay sự khôn ngoan của câu trả lời này. Ông đã sử dụng cái lỗ hổng lớn của Hiến pháp VN. Ông đã dùng điều 4 của Hiến pháp VN và gạt phắt Quốc hội sang một bên. Ông chịu sự quản lý trực tiếp của đảng và ông nhắc lại "đảng lãnh đạo trực tiếp ông" và ông nhấn mạnh điều 4 của Hiến pháp VN thật rõ ràng trong câu trả lời của ông:*Đảng ta là đảng cầm quyền, lãnh đạo Nhà nước và toàn xã hội*

Ông Dương Trung Quốc và toàn thể đại biểu Quốc hội Việt Nam á khẩu. Câu trả lời rất rõ ràng: chỉ có Đảng CSVN mới có thể bãi nhiệm ông Thủ tướng Chính phủ mặc dù theo Điều 84 của Hiến pháp 1992, quyền mãn nhiệm và bãi nhiệm Thủ tướng Chính phủ nằm trong tay của Quốc hội VN.

Ngày nào Điều 4 được lấy đi khỏi Hiến pháp VN, ngày ấy sẽ không còn vị Thủ tướng nào dám coi thường Quốc hội nữa (mà coi thường Quốc hội cũng chính là coi thường dân). Lấy điều 4 đi văn bản Hiến pháp 1992 sẽ trở thành rõ rệt và lôgic hơn.

ENTRE LA CÉLÉBRATION ET LE DEUIL NATIONAL

30 avril 2015

Le 30 avril 1975 marqua la fin de la guerre du Vietnam. Pendant que les tanks soviétiques T-54 de l'armée populaire du Nord-Vietnam déferlaient sur la ville de Saïgon, l'exode des Vietnamiens qui avait débuté quelques semaines auparavant se poursuivit de façon plus intense. Aujourd'hui, 40 ans plus tard, alors que le gouvernement de la République socialiste du Vietnam (RSVN) continue de célébrer la journée du 30 avril en l'appelant « Journée de la grande victoire et de la libération du Sud-Vietnam », ce jour-là est, pour la plupart des Vietnamiens qui sont originaires du Sud-Vietnam, plutôt rempli de tristesse. Pour les Vietnamiens qui ont perdu leur pays (le Sud-Vietnam), cette journée est commémorée chaque année dans différentes communautés vietnamiennes de la diaspora comme une Journée de deuil national, Ngay Quoc Han.

Le sénateur Ngô Thanh Hai a réussi à faire adopter récemment un projet de loi par le Sénat du Canada, le S-219. Il a été approuvé par la Chambre des communes et signé par le gouverneur général du Canada le 23 avril. Elle instaure une Journée nationale au Canada pour :

1. commémorer les vies perdues et la souffrance subie lors de l'exode des réfugiés vietnamiens ;

2. souligner l'accueil des réfugiés vietnamiens par la population et le gouvernement, et la gratitude du peuple vietnamien à l'égard de cet accueil, et enfin ;

3. reconnaître les contributions apportées par les Canadiens d'origine vietnamienne à la société canadienne.

Dans le texte de la loi, on la désigne comme « Journée du parcours vers la liberté ». Cette appellation est selon moi conforme à l'esprit de deuil national que portent la plupart des réfugiés vietnamiens bien installés aujourd'hui au Canada. Le texte du projet de loi S-219 présente un ensemble d'énoncés de fait. Voici quelques-unes de mes réflexions à leur sujet :

Le 30 avril 1975 marque l'invasion des communistes du Nord.

Les faits sont plus clairs aujourd'hui. Ce l'était moins pendant la guerre à cause de la propagande des parties belligérantes. Au début de l'année 1975, les troupes nord-vietnamiennes ont envahi le Sud-Vietnam en déployant toutes leurs forces militaires. Nous savons aujourd'hui que le Front national de libération (FNL) du Sud-Vietnam n'était rien d'autre que des marionnettes créées par le Nord-Vietnam et que leur existence ainsi que leur drapeau ont été vite effacés de la scène politique du Vietnam quelques mois après la chute de Saïgon. Le drapeau du FNL fut vite enlevé pour être remplacé par le drapeau rouge du Nord-Vietnam. Un régime totalitaire s'est alors installé dans tout le pays. Toutes les versions de la Constitution vietnamienne, depuis la première adoptée en 1959 au Nord-Vietnam jusqu'à la plus récente (2013), imposent explicitement la doctrine communiste, forcent ainsi tout un peuple à vivre sous un régime marxiste-léniniste dirigé par le Parti communiste vietnamien (PCV).

La peur et la politique de vengeance ont mené à l'exode des réfugiés vietnamiens.

La peur est un sentiment qui habite profondément l'esprit de ce pauvre peuple qui a beaucoup souffert. Au début de l'année 1975, quand les gens du Sud apprirent l'avancée des troupes communistes du Nord, la panique s'est installée. C'était une peur compréhensible. Ceux du Nord-Vietnam se souviennent encore de la politique de réforme agraire de 1954 avec les exécutions barbares et injustes. Ceux du Sud se rappellent encore vivement les images horribles de l'offensive du Tet en 1968 avec le massacre des civils par les communistes dans la ville de Hu, ancienne capitale du Vietnam assiégée par les communistes du Nord pendant plusieurs semaines. L'histoire détaillée de ces jours terribles vécus par madame Nhã Ca (écrivaine vietnamienne vivant aux États-Unis) publiée en 1969 au Vietnam, vient tout juste d'être traduite en anglais : Mourning Headband for Hue (Indiana University Press).

Et puis vint la politique des camps de rééducation. Plus de 300 000 personnes comprenant soldats, officiers, employés d'État, personnel médical, ingénieurs, professeurs, commerçants, écrivains, poètes et civils, qui avaient travaillé pour le gouvernement du Sud ou les bureaux américains au Vietnam, ou qui avaient collaboré avec ceux-ci, y ont été envoyées. La moitié d'entre eux ont péri en raison de conditions de vie dégradantes ou lors d'exécutions sans procès. Certains de mes amis de classe du lycée ont été envoyés dans ces camps. L'un d'entre eux a été exécuté dès les premiers jours de son arrivée, à cause de son grade. Il était maire d'une ville au nord de Saïgon. Mes autres amis ont été gardés dans ces camps entre 4 et 13 ans. Juste à entendre raconter les souvenirs douloureux de leurs traitements dans divers camps, je ne peux qualifier cette politique barbare que de crime contre l'humanité. Il faut lire The Trail I Will Never Forget de Nguyen Bich Huyen, écrivaine d'origine vietnamienne qui vivant aux États-Unis. Il s'agit d'une histoire poignante racontant la dure épreuve de l'auteure alors qu'elle s'efforçait de porter secours à son mari, un ancien officier de l'armée du Sud-Vietnam, emprisonné dans différents camps de rééducation et qui mourra dans l'un d'entre eux. On apprend à travers son émouvant récit toutes les misères extrêmes que subissaient les « prisonniers des camps de rééducation ».

L'accueil des réfugiés vietnamiens au Canada.

Après la chute de Saïgon, des masses de Vietnamiens fuient vers les eaux internationales dans des embarcations de fortune. Un des meilleurs ouvrages décrivant cet exode est celui de Brian Buckley intitulé Gift of Freedom (2007). Il donne un récit détaillé de la crise du Sud-Est asiatique menant à l'exode des boat-people. Ce livre consacre plusieurs chapitres au projet 4000, un projet de parrainage des premiers réfugiés de la mer fondé par l'ancienne mairesse d'Ottawa Marion Dewar et réalisé avec succès par des groupes privés religieux et civils, et plusieurs familles canadiennes d'Ottawa. L'accueil chaleureux, généreux et bienveillant des Canadiens pour les réfugiés vietnamiens a déjà fait l'objet de plusieurs éloges. [...]

L'adoption du projet de loi S-219 rend justice à l'histoire de l'exode des réfugiés vietnamiens. Cette loi permet aux Canadiens d'origine vietnamienne de se sentir à nouveau soutenus par le peuple canadien, et de trouver un sens d'appartenance plus fort à ce pays qui leur a ouvert ses bras. Cette loi représente une des plus belles récompenses morales pour toutes celles et tous ceux qui ont souffert après la chute de Saïgon, il y a 40 ans.

KHI NHỮNG NGƯỜI LÃNH ĐẠO RỐI LOẠN TINH THẦN THỐNG TRỊ THẾ GIỚI

Có hai người bệnh hiện nay có thể gây rất nhiều khổ đau cho nhân loại và đồng thời tạo ra nhiều đổ vỡ cho những hệ thống chính trị đương thời làm xáo trộn xã hội và đời sống quy củ và yên bình thường nhật của người dân.

Đó là ông Donald J. Trump và ông Vladimir Putin.

BỆNH CỦA ÔNG TRUMP

Bệnh của ông Trump đã do cháu của ông chẩn bệnh. Cô Mary L. Trump, một nhà tâm lý học với bằng Tiến Sĩ về Tâm Lý Học Lâm Sàng (Clinical Psychology) của viện nghiên cứu về tâm lý Derner thuộc đại học Adelphi ở Nữu Ước. Phải đọc quyển sách dày 219 trang của cô Mary L. Trump xuất bản năm 2020 để biết ông Donald J. Trump được cô ấy chẩn bệnh ra sao. Quyển sách tựa đề "Nhiều quá và cũng không bao giờ đủ — cách nào mà gia đình tôi đã tạo ra một người nguy hiểm nhất thế giới".

Mary Trump, cháu của Donald Trump và là tác giả cuốn sách "Nhiều quá và Không bao giờ đủ: Cách nào mà Gia đình tôi đã tạo ra người đàn ông nguy hiểm nhất thế giới". (Peter Serling/Getty Images/Lev Radin)

Mặc dù biết rằng việc chẩn bệnh tâm lý ông Donald Trump đòi hỏi nhiều thời giờ và nhiều y sĩ chuyên môn về bệnh tâm thần, cô Mary Trump quả quyết không đắn đo ông Trump là một con người mang bệnh rối loạn nhân cách thuộc loại ngã ái rất nặng (narcissistic personality disorder, gọi tắt là NPD) và bệnh tâm thần (psychopath). Cô giải thích nguyên nhân đưa đến nhân cách của ông Trump có thể phần lớn là do ảnh hưởng của ông bố (tức là ông nội cô Mary, một người cũng có bệnh rối loạn về nhân cách, sociopath) và một bà mẹ luôn ốm đau. Cô Mary Trump đã viết:

"Tôi hy vọng cuốn sách này của tôi sẽ giúp mọi người ngừng việc đề cập đến hai chữ "chiến lược" hoặc "chương trình nghị sự" khi nói đến việc làm của ông Donald Trump, giống như là

mình đang khen ông ấy hoạt động theo nguyên tắc của bất kỳ tổ chức nào. Thực sự ra, ông ta không đủ sức làm như thế đâu. Cái tôi của ông Donald Trump quá to đã và đang là một rào cản, tuy mong manh và khập khiễng, giữa ông và thế giới thực bên ngoài. Nhờ vào tiền bạc và quyền lực của cha mình, ông Trump không bao giờ phải tự mình đàm phán hay thương thuyết với ai cả. Ông Donald Trump luôn cần phải duy trì một tin tưởng hoang đường rằng ông ta là một người mạnh mẽ, thông minh và phi thường, bởi vì đối mặt với sự thật – rằng ông không phải là những điều đó – là quá đáng sợ để ông suy ngẫm. Ông Donald Trump, theo sự dẫn dắt của ông nội tôi và với sự đồng lõa, im lặng của các anh chị em của ông ấy, đã phá hủy cuộc đời của cha tôi. Tôi không thể để ông ta phá hủy đất nước tôi."

Bệnh rối loạn nhân cách với ngã ái trầm trọng (narcissistic personality disorder hay NPD) — một trong một số các bệnh rối loạn về nhân cách — là một tình trạng tâm thần trong đó người bệnh luôn có ý thức thổi phồng về tầm quan trọng của chính họ. Họ có nhu cầu lớn là luôn đòi hỏi sự chú ý và ngưỡng mộ của người khác. Họ thường có các mối quan hệ phức tạp và thiếu sự đồng cảm với người khác. Nhưng đằng sau chiếc mặt nạ cực kỳ tự tin này lại là một lòng tự trọng mong manh và rất dễ bị tổn thương trước những lời chỉ trích dù là nhỏ nhất. Rối loạn nhân cách này (NPD) gây ra nhiều vấn đề trong cuộc sống. Chẳng hạn như các mối quan hệ, công việc làm ăn, học vấn hoặc các vấn đề tài chính. Những người bị rối loạn nhân cách này (NPD) nói chung có thể không hạnh phúc và rất dễ thất vọng khi họ không được ưu ái đặc biệt hoặc sự ngưỡng mộ mà họ tin rằng họ xứng đáng. Họ có thể thấy mối quan hệ của họ không được thỏa đáng, và họ nghĩ là những người khác có thể không thích ở bên cạnh họ. Điều trị rối loạn nhân cách NPD này không dễ.

Và theo dõi những tuyên bố của ông Trump từ năm 2016 qua các buổi tập họp (rally) vận động tranh cử cho chức tổng thống cũng như những lời ông nói trên các buổi phỏng vấn trên truyền hình Mỹ, tôi thấy ông ấy là một người hiểu biết kém nhưng lại nói láo rất giỏi. Phải nói là ông ấy có tài thổi phồng sự nổi giận và oán thù nơi người Mỹ da trắng nghèo và thiếu học với chính phủ đương thời. Ông ta là một người xảo quyệt rất trắng trợn.

Hôm thứ Ba, 22/03/2022, Donald Trump ca ngợi kế hoạch xâm lăng Ukraine của Vladimir Putin là 'thiên tài' và gọi người lãnh đạo Nga là 'rất khôn khéo', vài giờ sau khi ông tuyên bố rằng Nga không bao giờ xâm lăng Ukraine dưới thời ông lãnh đạo. Ảnh: Daily Mail UK

Sau cuộc bầu cử năm 2022, ông Trump thất cử. Nhưng ông ấy nhất định không chịu thua và ông đã dùng mọi mánh khóe và thủ đoạn để dành thắng lợi. Ông đã không thành công nhưng vẫn tiếp tục huênh hoang rêu rao là mình thắng và cuộc bầu cử đã bị đảng Dân Chủ gian lận.

Với những tuyên bố gây sôi sục nơi những người ủng hộ mình, ông đã tạo ra một cuộc tấn công đầy bạo lực vào điện Capitol của quốc hội Hoa Kỳ (còn được gọi là hạ viện) ngày 06 tháng 01 năm 2021. Chưa bao giờ nền dân chủ Hoa Kỳ bị đe dọa như thế. Chưa bao giờ nước Mỹ bị chia rẽ trầm trọng như thế. Nhiều dân biểu hạ viện thuộc đảng Cộng Hòa tiếp tục nói và làm theo sự lèo lái của ông Trump như những con cừu của Panurge. Đa số những dân biểu này xem ông như một người cha đỡ đầu (một loại bố già godfather như trong việc xử thế của dân mafia). Trong các cuộc bầu cử định kỳ sau này tại các tiểu bang Hoa Kỳ, những ứng cử viên của đảng Cộng Hòa không có sự ủng hộ của ông Trump rất khó đắc cử hoặc tái đắc cử. Ông Trump trở thành một lãnh chúa đầy uy quyền của đảng Cộng Hòa.

Ông Trump đã trở thành người nguy hiểm nhất nước Mỹ và nhất thế giới, đúng như cô Mary Trump đã dự báo. Viễn ảnh Trump có thể quay lại ứng cử năm 2024 làm nhiều người Mỹ lo âu. Sự chia rẽ trầm trọng hiện nay của người Mỹ từ khi ông Trump thắng cử năm 2016 làm nước Mỹ ngày càng yếu đi. Khi hay tin quân đội Nga tràn sang Ukraine ở vùng Donbass, ông Trump đã lên tiếng khen ông Putin là một thiên tài trong khi thi hành kế hoạch tiến quân này. Và theo bà Marie Yovanovitch (cựu đại sứ Mỹ ở Ukraine) nói sáng ngày 14 tháng 03 trong cuộc phỏng vấn với CNN, sự liên kết thân mật của Trump với Putin khi Trump còn tại chức cộng thêm sự thiếu bênh vực và ủng hộ Ukraine của Trump trong quá khứ đã biến Ukraine thành con mồi trong mắt Putin.

BỆNH CỦA ÔNG PUTIN

Vladimir Putin và Donald Trump | Dịch vụ biên phòng Ukraine cho biết nhân viên cứu hỏa chữa cháy một tòa nhà sau vụ pháo kích vào thị trấn Chuguiv, miền đông Ukraine ngày 24 tháng 2 năm 2022, khi quân đội Nga đang xâm lăng Ukraine từ nhiều hướng, dùng hệ thống hoả tiễn và trực thăng tấn công vào những vị trí ở phía nam Ukraine. (Ảnh minh họa của Salon / Getty Images)

Bệnh của ông Putin thì giống hệt bệnh ông Trump. Bà cựu tổng thống Latvia, Vaira Vike-Freiberga, đã tuyên bố dõng dạc trên đài truyền hình Global News của Canada trong cuộc phỏng vấn ở Kuldiga (Latvia) hôm 11 tháng 03 năm nay là ông Vladimir Putin là một người vừa bị rối loạn nhân cách điển hình NPD và vừa có bệnh tâm thần ("he is a narcissist and a psychopath"). Bà Vike-Freiberga có bằng cử nhân và cao học về ngành tâm lý học của đại học Toronto và bà lấy bằng tiến sĩ cùng ngành ở đại học McGill (Canada). Từ năm 1965 đến năm 1998 bà dạy khoa tâm lý học tại đại học Montréal. Ngày 17 tháng 06 năm 1999, bà đắc cử tổng thống Latvia (tiếng

Pháp là Lettonie) và năm 2004 bà tái đắc cử và rời chức vụ tổng thống năm 2007. Bà gọi ông Putin là một người điên và luôn bị ám ảnh bởi quyền hành ("megalomaniac").

Global News | *Hôm thứ Năm, 10/02/2022, cựu tổng thống Latvia Vaira Vīķe-Freiberga cho biết , Tổng thống Nga Vladimir Putin đã trở nên "rối loạn tin thần đáng chú ý", và nói thêm rằng việc Putin xâm lăng Ukraine "không phải là hành động của một người lành mạnh quan tâm đến phúc lợi của đất nước mình."*

https://www.youtube.com/watch?v=apa6tDw1g2Q-&t=2s

Người điên này đã ra lệnh quân đội Nga tấn công nước Ukraine. Một cuộc tấn công ồ ạt trong khi Ukraine không có một hành động nào khiêu khích. Cuộc chiến vẫn đang tiếp tục xảy ra trong khi tôi viết những dòng chữ này. Sức mạnh quân sự hai bên không cân đối. Ông Putin lấy sức mạnh quân sự đánh chiếm Ukraine. Quân đội Nga bắn không thương tiếc vào các thành phố và vào dân chúng. Hình ảnh của những cụ già, những em bé và những bà mẹ lũ lượt đi tị nạn tại Ba Lan và các nước Âu Châu lân cận trên các đài truyền hình trông thật xúc động. Tội ác của ông Putin và quân đội Nga là một tội ác chống nhân loại.

Không thể tưởng tượng được ở thế kỷ 21 mà còn có một cuộc xâm lăng tàn bạo như thế. Quân đội Ukraine và người dân đã chống trả rất anh dũng. Dân Ukraine rất hãnh diện với tổng thống của họ, ông Volodymyr Zelensky. Ông vừa được dân bầu lên từ tháng 05 năm 2019, năm nay tuổi vừa tròn 44 tuổi, là một tấm gương cho những người dân Ukraine yêu nước vì ông đã quyết định ở lại và cầm súng chống lại quân xâm lăng. Vợ ông, bà Olena Zelenska, luôn có mặt sát cánh bên chồng trong những lúc đầu sôi lửa bỏng đang hừng hực đốt cháy những làng mạc và nhiều thành phố của cộng hòa Ukraine.

Văn phòng Báo chí Tổng thống Ukraine cho hay hôm Chủ nhật, 13/03/2022, tổng thống Volodymyr Zelenski đã đến bệnh viện trao huy chương cho một số thương binh Ukraine tại thủ đô Kyiv.

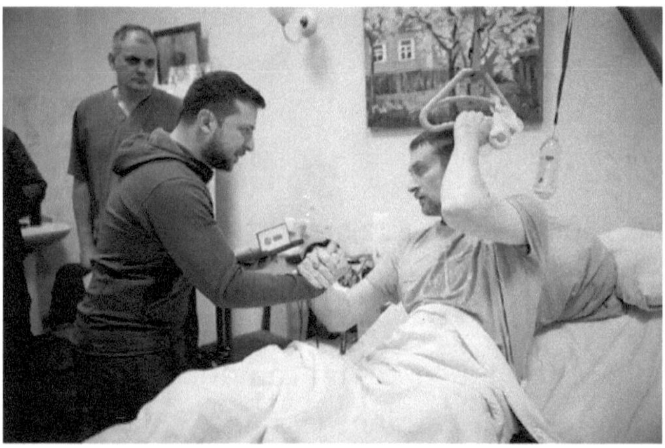

Một cuộc chiến không cân bằng và không công bình. Quân Nga có máy bay phản lực và trực thăng yểm trợ, hàng trăm chiếc xe tăng và quân lính trên 150000 quân. Họ bắn phá không phân biệt dân hay quân sự. Nhà cửa đổ nát điêu tàn. Họ bắn vào ngay cả những nhà thương và trường học. Những hình ảnh xem trên TV thật điêu linh và tang tóc. Quân đội Nga reo rắc oán thù. Và oán thù tiếp tục chồng chất. Sự hy sinh và lòng can đảm của quân đội và người dân Ukraine sẽ giúp họ cầm cự một cách anh dũng.

Và cuộc chiến hình như rất khó dừng lại, vì ông Putin là người bệnh. Ông không còn lương tri. Theo những nhà tâm lý chuẩn đoán thì ông Putin sẽ tìm mọi cách san bằng nước Ukraine và chiếm đóng nước này, biến Ukraine thành một chư hầu của Nga. Nhưng chiếm được Ukraine không có nghĩa là ông Putin sẽ chiếm được người và lòng dân Ukraine. Cuối cùng nếu Putin thua trận thì chắc ông ấy sẽ tự vẫn mà chết thôi. Vì người bị rối loạn nhân cách típ NPD họ không chấp nhận được là mình có thể thua. Và biết đâu có thể ông ấy sẽ điên tiết lên và ông sẽ dùng bom hóa học hoặc hỏa tiễn có đầu đạn nguyên tử như ông từng hăm dọa.

NATO và Hoa Kỳ phải sửa soạn cho một cuộc chiến lớn trước khi trở tay không kịp.

Nhân viên cấp cứu Ukraine và người tình nguyện di chuyển một sản phụ bị thương ra khỏi bệnh viện ở Mariupol bị pháo kích tan hoang vào ngày 9 tháng 3, 2022. Hôm 14/03/2022, AP đưa tin sản phụ bị thương trong hình trên đã qua đời cùng với thai nhi. Ảnh: © AP

ĐẠI HỘI CỰU HỌC SINH NGUYỄN TRÃI SÀI GÒN 2012 TẠI HOUSTON: MỘT TRUYỀN THỐNG ĐẸP VẪN CÒN ĐƯỢC GÌN GIỮ

Tôi xin được phép trình bày những cảm nhận của tôi, một góc nhìn của một cựu học sinh Nguyễn Trãi, tuần tự dưới đây.

Xin thưa ngay với bạn là đại hội cựu học sinh Nguyễn Trãi Sài Gòn 2012 được tổ chức ở Houston (Texas, USA) vào cuối tuần 06, 07 và 08 tháng 04 vừa qua là một thành công lớn. Đại hội đã quy tụ hơn 400 người trong đó ngoài sự có mặt của các cựu học sinh, còn có sự hiện diện của rất nhiều cựu giáo sư (chúng tôi đếm được ít nhất 13 Thầy và Cô) và của một số dâu rể cựu học sinh Nguyễn Trãi.

Sự thành công lớn của một cuộc gặp gỡ rất hài hòa và có tầm vóc này là một bằng chứng hùng hồn cho thấy là những đứa con Nguyễn Trãi xa nhà, trong đó phần lớn đã rời khỏi xứ sở Việt Nam trong những điều kiện khó khăn, đôi khi thương tâm và có vài trường hợp vô cùng nghiệt ngã, đã vượt trên tất cả những khó khăn của đời sống mới và cuối cùng chúng tôi đã tìm đến nhau với nụ cười và một niềm tự hào qua ba ngày họp mặt huyên náo ở cái đất Houston ấm áp và đầy tình người.

Riêng người viết bài này đã gặp lại hơn mười mấy đứa bạn học cũ. Có đứa đã bị đi tù cải tạo gần 13 năm. Có đứa đi tù cải tạo 6 năm. Có đứa chỉ đi có 3 tuần. Phần lớn đã vượt biên bằng đường biển, bỏ nước ra đi tìm tự do, bỏ nước ra đi tìm một đời sống mới có nhiều hy vọng hơn. Hy vọng một cuộc mưu sinh dễ dàng và một đời sống hạnh phúc hơn. Hy vọng một tương lai rực rỡ hơn cho đàn con của mình.

Tuy phần lớn những đứa bạn tôi đã trải qua những năm tháng đen tối sau ngày 30 tháng 04 năm 1975, và tuy nhân cách và nhân phẩm của những người bạn tù cải tạo của tôi đã bị nhà nước Cộng Sản Việt Nam chà đạp sau ngày 30 tháng 04 này, phần lớn các bạn tôi sang đây đều vươn lên được và có thể nói là đa số thành công hết. Có đứa thành công lớn, nhà cửa thật khang trang, con cái học hành thành tài cả. Có đứa phải vô cùng chật vật trong những năm đầu tiên. Một thằng bạn tôi ở Houston kể chuyện cảnh một anh Mỹ da đen dùng súng xông vào ăn cướp hàng tiệm của vợ chồng hắn hơn ba lần trong những năm đầu lập nghiệp ở Houston. Lần chót hắn đã mất kiên nhẫn, hắn đã tự vệ rút khẩu súng Colt và bắn một tên cướp ngã gục ngay trong tiệm trong lúc tên này bỏ chạy ra cửa. May thay tên cướp này không chết và được cứu sống và được đem về tù giam tiếp vì tên cướp Mỹ da đen này đang ở tù vì tội giết người và đã được thả ra với điều kiện ("on parole"), sau hơn chục năm trong tù. Bạn tôi đã không ngủ được cả đêm.

Cũng có những thằng bạn ra đi dễ dàng hơn vì có tàu lớn đón. Có đứa phải lên đường vượt biên hơn 3 lần. Những đứa được đi trước 1975 như tôi, đi du học hoặc di tản sớm, là những đứa may mắn. Nói chung, ai cũng thành công với một đời sống mới ổn định hơn mặc dù cuộc sống vẫn còn đầy cam go nơi đất mới.

Tôi đến Houston kỳ này với tất cả niềm trân quý của một tình bạn đã được nhen nhúm và hun đúc ở trường trung học Nguyễn Trãi Sài Gòn thân yêu, từ năm 1958. Tôi đến Houston kỳ này với tất cả lòng hân hoan mong gặp lại các Thầy Cô cũ. Thầy nào Cô nào tuổi cũng đã quá cao. Những ánh mắt, những nụ cười trong buổi gặp gỡ lần đầu này ở Houston vẫn tiếp tục nói lên sự trìu mến của Thầy, của Cô. Những tiếng "mày, tao" thốt ra từ những bạn đồng môn ngay khi gặp nhau tay bắt mặt mừng vẫn tiếp tục chứng minh cho một tình đồng môn bất diệt.

Nhìn kỹ trên các tấm hình chụp trong đêm đại hội, các bạn không về dự đại hội kỳ này có thể đọc được hai câu châm ngôn:

Một ngày học Nguyễn Trãi, mãi mãi là anh em

Một ngày dạy Nguyễn Trãi, mãi mãi là Thầy Cô

Hai câu châm ngôn quen thuộc của trường đã được in ra thật lớn và treo dọc song song trên sân khấu trong đêm đại hội như là hai câu đối, đã nói lên được tinh thần trường trung học Nguyễn Trãi. Tinh thần của tình đồng môn và của tình Thầy trò. Học với Thầy Cô một ngày thôi nhưng vẫn nhớ ơn, học với các bạn một ngày thôi nhưng vẫn quyến luyến một tình bạn bất diệt.

Gần hơn 400 cựu học sinh, Thầy Cô và thân hữu khắp nơi quay về Houston cho cuộc gặp gỡ này.

Căn phòng đêm đại hội đầy ắp người và thật ấm cúng, với những món ăn rất ngon. Người tham dự ngoài ra còn được thưởng thức những bài hát và những màn trình diễn đặc sắc do toàn cựu học sinh Nguyễn Trãi trình bày. Các anh chị điều khiển chương trình (gọi nôm na là MC) hoàn thành nhiệm vụ một cách tuyệt vời với giọng nói ngọt ngào và thỉnh thoảng lại còn pha trò thêm với cách nói đùa rất duyên dáng.

Các Thầy Cô vẫn tươm tất như ngày nào. Vẫn những hình ảnh của một truyền thống đẹp của người Việt Nam được phô bày một cách tự nhiên và khả kính.

Những chiếc áo dài trắng hoặc màu sặc sỡ của những cựu nữ sinh năm nào bây giờ lại được tung tăng khoe sắc với một niềm tự hào, với những dáng đi thướt tha dịu dàng làm sao.

Trong ba ngày đại hội, chúng tôi đã được nuôi dưỡng bởi những chất liệu của tình thương và sự đùm bọc. Chúng tôi tán thán và khâm phục sự tổ chức chu đáo cũng như sự làm việc không ngừng nghỉ của Ban Tổ Chức Đai Hội 2012. Các bạn trong Ban Tổ Chức đã thành công rất lớn, đem niềm vui đến cho mọi người, vượt trên sự mong đợi của tất cả những người tham dự đại hội. Chúng tôi xin được cám ơn và chia vui cùng các bạn.

Bạn và tôi đã hãnh diện được học một trường trung học như thế có phải không? Chắc chắn rồi, làm sao tôi không hãnh diện được với những hình ảnh tươi đẹp và những nụ cười hân hoan như thế. Làm sao tôi không hãnh diện được khi thấy những đứa con Nguyễn Trãi bị nhà nước Cộng Sản Việt Nam chà đạp quần quại năm nào, nay đã vươn lên trên tất cả những khó khăn. Những đứa con Nguyễn Trãi đã vượt trên tất cã những gian nan, những nghiệt ngã và cuộc gặp gỡ toàn trường ở Houston năm 2012 nói lên một chiến thắng lớn: chiến thắng sự gian nan và khó khăn của đoàn người phải bỏ xứ ra đi sau 1975.

Sự thành công của ĐHNT 2012 này cho thấy nhà nước Cộng Sản Việt Nam (CSVN), với chính sách trả thù hà khắc dân quân chính miền Nam sau 1975, không thể nào tiêu diệt được tấm lòng yêu quê hương và giữ gìn truyền thống đẹp của cựu học sinh Nguyễn Trãi Sài Gòn. Sự thành công này là một bát nước lạnh đổ lên đầu nhà nước CSVN và cuộc họp mặt dù muốn dù không đã mang một tính cách chính trị rất lớn. Tính cách đó theo người viết bài này rất đơn giản: các anh (CSVN) có thể hành hạ chúng tôi, các anh có thể xâm phạm quyền làm người của chúng tôi, các anh có thể chà đạp lên nhân cách chúng tôi, nhưng như những con giun bị quần quại đó, chúng tôi với tinh thần bất khuất, vẫn vươn lên được và vẫn gìn giữ được truyền thống đẹp của tình đồng môn, của tình Thầy trò, của một quá khứ đầy tình người mà chúng tôi sẽ tiếp tục gìn giữ và trân quý.

Tinh thần học Nguyễn Trãi mãi mãi là anh em, tinh thần dạy Nguyễn Trãi mãi mãi là Thầy Cô đó sẽ mãi mãi bất diệt.

Tản mạn với tấm lòng biết ơn Thầy Cô trong một ngày mùa xuân xứ Canada bắt đầu có những tia nắng ấm, tháng 04 năm 2012.

NHÌN SÂU ĐỂ HIỂU (HAY LẠI TẢN MẠN THÊM VỀ HAI CHỮ... THAM NHŨNG)

Trong đạo Phật tôi thường đọc đến hai chữ quán chiếu (dịch sang tiếng Anh có chữ "reflect" hay "deep looking"). Chữ "deep looking" hay hơn, có nghĩa là nhìn sâu. Nhìn sâu để hiểu. Và có nhìn sâu mới tìm ra được những nguyên nhân của vấn đề mình đang quan tâm. Vấn đề này có thể là một công án thiền và cũng có thể là một hay những khổ đau mình đang gánh chịu.

Đức Phật đi tu vì Ngài đã chạm trán và quan tâm đến khổ đau. Có người còn mạnh dạn nói: "lấy khổ đau đi thì đạo Phật sẽ không còn". Và chính vì sự quan tâm rất lớn này mà đức Phật đã đi tìm, đã bôn ba lặn lội vào cuộc đời, tầm sư học đạo và chính Ngài cuối cùng đã tìm được câu trả lời, từ lúc nhận diện được sự có mặt của khổ đau cho đến lúc tìm ra đâu là nguyên nhân của khổ đau. Đến khi nhận thức được hạnh phúc là điều có thật khi khổ đau vắng mặt, Ngài đã tìm ra con đường đưa đến sự vắng mặt của khổ đau tức là tám con đường của sự hành trì chân chính (hay nói văn hoa mỹ tự hơn theo chữ nôm là Bát Chánh Đạo). Và từ đó đạo Phật ra đời, không ngoài mục đích giúp con người, giúp những ai muốn hành trì theo lời dạy của đức Phật, sống bớt khổ và yên vui hạnh phúc hơn.

Nhiều người sẽ nói đó là chuyện tâm linh quá cao siêu không nhằm nhò gì đến đời sống thường nhật của tôi, vì chúng tôi là phàm phu tục tử chỉ biết sống theo những gì văn hóa và truyền thống đã an bài thôi. Theo tôi, đây là nói cố, vì nếu đó là văn hóa Việt Nam thì đạo Bụt cũng như đạo thờ ông bà đã có và đã ăn nhập vào đời sống dân gian ta từ ngót gần hai nghìn năm. Và ở đây tôi cũng xin đóng thêm một ngoặc đơn nữa cho nó đầy đủ hơn là cái gọi là văn hóa Việt Nam đó sau này cũng đã được tưới tẩm thêm bởi các đạo khác như đạo Khổng, đạo Lão và ở thế kỷ 19 với sự du nhập của đạo Chúa vào Việt Nam.

Chúa Giê Su răn dạy "con người phải yêu thương đồng loại mình như Chúa đã từng yêu thương mình ("aimez-vous les uns les autres comme je vous ai aimé").

Cách sống biết thương yêu những người quanh mình này cũng là nền tảng của con đường đưa đến hạnh phúc. Và những tôn giáo như thế rất cần thiết cho xã hội loài người và nhất là cho xã hội nhiễu nhương như xã hội Việt Nam hiện nay. Hai đạo Phật và Chúa có thể đóng góp rất khả quan trong tiến trình xây dựng một nước Việt Nam lành mạnh an vui.

Bây giờ tôi xin tạm gác cái cao siêu về tâm linh ấy qua một bên và chỉ nhìn qua lăng kính khoa học của các nhà tâm lý học. Chúng ta thấy tuệ giác của đạo Phật đã để lại cho chúng ta một kho tàng quý giá về sự hiểu biết của cái Tâm phức tạp của con người, tức là sự hiểu biết về tâm lý nhân sinh.

Tâm lý học của đạo Phật đếm được cả thảy 51 anh chàng "tâm" (còn được gọi là tâm sở) khi những anh chàng này biểu hiện (theo những bài học về duy biểu).

Mỗi tâm ấy khi biểu hiện trong tâm thức đều có khả năng dẫn dắt ta đi vào những nẻo đường khác nhau. Tỉ dụ khi anh tâm "nhìn sai" (SI) năng động, rồi anh tâm "cáu giận" (SÂN) trồi lên, ta có thể nói hoặc làm những chuyện đáng tiếc và đôi khi đáng trách. Tương tự như hành động của chồng nàng Thiếu Phụ Nam Xương ngày xưa. Sự lạnh lùng và cách đối xử của anh chồng đã đưa vợ và con mình đi vào một thảm cảnh rất thương tâm chỉ vì hiểu lầm vợ, một người đàn bà tiết tháo đảm đang và có một tấm lòng chung thủy.

Hoặc khi "anh tâm yêu" (ÁI DỤC) xâm chiếm tâm hồn, ta có thể bỏ hết để chạy theo tình yêu. Nguyễn Bính đã phải thốt lên: khi yêu thì chỉ có Trời cứu!

Còn một tâm ghê gớm nữa là tâm ham muốn (THAM). Ham muốn làm giàu. Đưa đến những tình trạng thụt két, lấy tiền của dân, hay cưỡng chế đất như những vụ tham nhũng lớn hiện nay ở Việt Nam. Tác dụng của TÂM rất đáng sợ.

Tôi không phải là một nhà tâm lý học, và tôi cũng chỉ mới tập tễnh bước đi trên đại lộ của đạo Bụt rộng thênh thang nên tôi chưa đủ thẩm quyền nói thêm về những hoạt động của các "anh tâm" này (đôi khi được gọi là tâm hành hay tiếng Anh là "mental formations"). Bài tản mạn của tôi ở đây chỉ xin chú trọng đến cách nhìn sâu để hiểu của một người bình thường lớn lên trong một xã hội loạn ly.

Tôi được may mắn đi học ở nước ngoài. Là một kỹ sư, một sinh viên đã được huấn luyện về khoa học cắt xén (building blocks) của Newton và Descartes, cái nhìn của tôi có tính cách thực dụng khi làm việc trong một phòng thí nghiệm hay khi phải tìm ra giải đáp cho những vấn đề của cuộc sống.

Ở đây tôi xin chia sẻ trước hết về cách tìm giải pháp của sở nghiên cứu tôi làm trước những vấn đề nan giải.

Sở tôi đã cho các kỹ sư học kỹ thuật 5 cái tại sao và áp dụng kỹ thuật này vào những vấn đề nan giải (tức là phải tiếp tục hỏi tại sao 5 lần) (the technique of the 5 WHY). Trong một cuộc thí nghiệm ở sở làm mà tôi được giao lãnh trách nhiệm đo đạc, một hôm tôi phải đo hai lần một thí nghiệm trong đó tất cả các yếu tố cấu tạo cuộc đo được giữ y nguyên (tức là không có thay đổi) trong hai thời điểm liên tục cạnh nhau. Thế mà kết quả đo lại khác nhau. Và năm câu hỏi đặt ra đã dắt tôi tìm được nguyên nhân chính (đây là trường hợp đo kết quả sức cản của gió trên một chiếc xe hơi trong một hầm gió):

Tại sao kết quả sức cản khác nhau qua 2 thí nghiệm trong khi tất cả yếu tố khác được giữ y nguyên? Hiệu số ("coefficient") của sức cản của gió được tính từ số đo sức gió bởi một cái cân và vận tốc của gió. Xem lại thì thấy vận tốc gió không đổi nhưng sức đẩy đo bởi cân khác nhau.

Thế thì tại sao sức đẩy đo bởi cân khác nhau trong hai thí nghiệm giống nhau?Cân đây được làm bởi một cái dây bé tí được gọi nôm na là dây đo sự giãn nở (tiếng Anh là strain gauge). Sự giãn nở của sợi dây kim loại này có ảnh hưởng trên một yếu tố chính khác là điện trở của dây (resistance, đo bằng ohms). Điện trở này thay đổi tùy vào bề dài của dây. Sự thay đổi về bề dài của dây kim loại nhỏ này khi bị căng (khi có sức kéo của gió lên thanh cân) làm thay đổi điện trở của dây (resistance hay ohms). Đo được điện trở của dây ta sẽ tính được sức đẩy của gió nếu mình đã cẩn thận hiệu chỉnh (calibrate) cái dây đo này trước bằng những cân chính xác. Mặt khác, bề dài của sợi dây kim loại này cũng có thể giãn nở khác nhau tùy vào nhiệt độ không khí xung quanh dây.

Thế thì tại sao dây đo lại cho kết quả khác nhau dù sức gió không thay đổi?Xem lại nhiệt độ trong hầm chứa xung quanh dây đo giãn nở, chúng tôi tìm ra là nhiệt độ này đã không giống nhau qua hai thí nghiệm liên tục.

Tại sao nhiệt độ trong hầm chứa lại khác nhau? Đi tìm sâu thêm vào tại sao một hầm kín và được bao bọc bởi những vật liệu cách nhiệt như vậy mà nhiệt độ lại khác nhau trong một thời gian ngắn giữa hai thí nghiệm, chúng tôi tìm ra là nhiệt độ bên ngoài hôm đó quá lạnh và có nhiều gió to và tùy vào sức gió bên ngoài hầm gió cũng như chiều hướng thay đổi của sức gió, nhiệt độ trong phòng cân đã thay đổi trong hai thí nghiệm.

Và đây là lý do sâu xa giải thích được sự khác biệt kết quả của hai thí nghiệm mà hiệu số trên nguyên tắc phải giống nhau. Và cuối cùng giải pháp nhanh chóng nhất (giải pháp ngắn hạn) cho buổi thí nghiệm hôm đó là chúng tôi đặt thêm mười mấy cái quạt máy nhỏ trong hầm cân để điều hòa nhiệt độ trong phòng và giữ cho nhiệt độ không đổi. Giải pháp dài hạn là chúng tôi sẽ tìm cách cô lập (isolate) phòng chứa cân hiệu quả hơn để gió và nhiệt độ bên ngoài không làm thay đổi nhiệt độ phòng chứa cân.

Đến đây, ví dụ trên cho chúng ta thấy là chỉ mới hỏi đến câu hỏi thứ tư chúng ta đã tìm được câu trả lời cho vấn đề nan giải đang được quan tâm.

Câu hỏi được đặt ra ở đây là: bạn có thể dùng cách đặt những câu hỏi theo "kỹ thuật 5 tại sao" này trong những vấn đề phức tạp hơn trong cuộc sống không? Theo kinh nghiệm của tôi thì tôi thấy không dễ và còn tùy trường hợp. Đây nhé, chúng ta hãy lấy một thí dụ về sự chia tay của cặp tình nhân trẻ và đặt những câu hỏi để đi tìm nguyên nhân:

Tại sao cuộc tình duyên của hai người trẻ đó tan vỡ?Tại vì cô nàng bỏ chàng trai theo một một thanh niên khác.

Tại sao em lại bỏ anh để theo cái thằng "phải gió" đó? (lúc mình giận lên thì mình gọi đối phương của mình là thằng phải gió và đây là cách nói rất chủ quan của người trong cuộc, một cách dùng từ rất Việt Nam). Và câu trả lời đầu tiên đến từ cô gái: vì em gặp một thằng bạn mới nó vừa đẹp "giai" vừa không bủn xỉn như anh.

Tức là thằng phải gió ấy nó có tán tỉnh em và chính em cũng chưa bao giờ yêu anh thực sự. Vì cô nàng, còn trẻ, chạy theo tình yêu qua cái bề ngoài hào nhoáng và cách tiêu tiền của chàng đối với nàng (yêu kiểu này quả thật nguy hiểm và chết người). Ở đây câu trả lời cho cái tại sao thứ nhì cho chúng ta thoáng thấy ngay nguyên nhân việc nàng bỏ chàng ra đi. Nhưng nó cũng cho thấy đây là một tình yêu không chín chắn, một tình yêu hời hợt (frivole). Và đi xa hơn thì ta thấy chính chữ yêu nó cũng đã rất phức tạp rồi và hàm số yêu chắc chắn là một hàm số tùy thuộc vào rất nhiều yếu tố chứ không đơn giản như trường hợp cái cân trong hầm gió.

Thành thử kỹ thuật 5 cái tại sao không dễ áp dụng khi đem vào những bài toán xã hội trong đó có sự sinh hoạt của cái tâm con người. Vì cái tâm đó có tới 51 tâm sở phức tạp luôn sẵn sàng gây khó khăn hơn cho ta trong việc đi tìm nguyên nhân. Trong một vấn đề có tính cách xã hội nhân quần, ta cần đặt nhiều câu hỏi và nhìn sâu hơn. Từ đó có thể ta sẽ tìm được những giải pháp.

Xin nhắc đến thảm kịch Tiên Lãng đã gây sự chú ý rộng lớn trong và ngoài nước. Có hơn cả trăm bài viết về tin tức vụ Tiên Lãng, gồm những bài được gọi là "lề trái" cho đến những bài được xem là "lề phải" và lại có những bài được gọi là "chính thống". Những tin tức và những phản biện từ những "lề" khác nhau này đôi khi trái ngược nhau đưa đến những cái nhìn về nhiều khía cạnh khác nhau trong vụ án Tiên Lãng.

Vừa qua có một bài viết xuất sắc là bài của Tiến Sĩ Hoàng Xuân Phú đăng trên blog "anh ba sàm", mang tựa đề "một số khía cạnh hình sự của vụ án Tiên Lãng - Hải Phòng" đặt nghi vấn về sự trong sạch của guồng máy chính quyền Hải Phòng.

TS Phú qua bài viết đã phân tích rất tỉ mỉ những lời kết luận của (cựu) Thủ Tướng Nguyễn Tấn Dũng về thảm kịch Tiên Lãng. Ông Hoàng Xuân Phú đưa ra những lời kết luận đanh thép như: "...bộ máy cầm quyền ở Hải Phòng...băng hoại..." và "...không thể để bộ máy cầm quyền ở Hải Phòng định đoạt số phận gia đình ông Đoàn Văn Vươn...".

Ông Phú viết thêm: "...Huyện ủy Tiên Lãng đã triệu tập 300 đảng viên đến để tuyên truyền, phổ biến những thông tin sai trái, hoàn toàn bóp méo sự thật về những gì đã và đang xẩy ra trên đất Tiên Lãng và không thấy có đảng viên nào lên tiếng công khai phản đối. Trong thể chế mà Đảng CSVN lãnh đạo tuyệt đối và toàn diện, sự kiện kể trên cho thấy bộ máy cầm quyền ở Tiên Lãng đã mục ruỗng và không thể hy vọng gì từ đó. Để cho bộ máy cầm quyền ở Tiên Lãng rơi vào tình trạng thối nát và ngang nhiên hoành hành như vậy, không thể coi bộ máy cầm quyền của thành phố Hải Phòng - cấp trên trực tiếp của huyện Tiên Lãng - là vô can và trong sạch"...

Đây là những câu kết luận rất nặng kí. Bài của TS Hoàng Xuân Phú là một gáo nước lạnh dội vào bộ máy cầm quyền Hải Phòng. Nhưng cho những người còn tin tưởng vào việc giải quyết công minh của nhà nước, biến cố Tiên Lãng nếu được nghiên cứu tường tận sẽ giúp nhà nước tìm ra nguyên nhân của căn bệnh trầm kha của xã hội Việt Nam hiện nay là bệnh tham nhũng. Những nguyên nhân tìm được sẽ đưa đến những giải pháp.

Cũng như những bác sĩ chẩn bệnh, những triệu chứng do căn bệnh gây ra trên cơ thể bệnh nhân giúp người thầy thuốc chẩn bệnh chính xác hơn. Thảm kịch Tiên Lãng đem đến rất nhiều dữ kiện cho người thầy thuốc (nhà nước) nếu vị thầy thuốc này có quyết tâm diệt trừ căn bệnh. Và ngoài sự quyết tâm đó, tìm ra những giải pháp thích đáng cho vụ Tiên Lãng còn đòi hỏi một cuộc điều tra nghiêm túc, một sự tìm tòi nhìn sâu. Nhìn sâu để hiểu. Khi hiểu thấu đáo rồi thì việc giải quyết công bằng sẽ dễ như trở bàn tay nếu chúng ta có trong tay đầy đủ những công cụ điều hành cần thiết. Và ở đây chúng ta sẽ gặp một số trở ngại lớn vì cơ chế điều hành không hoàn hảo và còn có những thiếu sót trầm trọng. Một trong những thiếu sót lớn về công cụ điều hành là tính độc lập của hệ thống luật pháp Việt Nam.

Trong tiến trình tố tụng và xử án ở các xứ bên trời Âu Mỹ, bất cứ một vụ án lớn nào như vụ án Tiên Lãng đều phải có sự hiện diện của một bồi thẩm đoàn (membres du jury) hoàn toàn độc lập với phe tố tụng và phe bị cáo. Và ông tòa (chánh án) xử án dựa trên kết luận của bồi thẩm đoàn. Bộ luật hình sự hiện nay ở Việt Nam tương đối khá tốt nhưng cách xử án ở VN hiện tại có tính cách thiên vị guồng máy nhà nước vì bị chính guồng máy này kiểm soát (Tòa Án Nhân Dân nhận chỉ thị của Viện Kiểm Sát Nhân Dân và VKSND nhận chỉ thị từ Bộ Chính Trị). Chúng ta chỉ cần xem lại lời tuyên bố sơ khởi của bà Chánh Án Tòa Án Nhân Dân thành phố Hải Phòng về vụ Tiên Lãng để đoán trước vụ án Tiên Lãng sẽ được xét sử như thế nào hoặc xem lại những vụ tố tụng và xử án trong quá khứ để thấy cách xử án bất công của hệ thống luật pháp nước ta, tỉ dụ điển hình là vụ xử linh mục Nguyễn Văn Lý hoặc vụ bắt "giam" không có án của bà Bùi Thị Minh Hằng.

Trở ngại to tát thứ hai là sự sợ hãi. Chiến tranh dai

dẳng mà nước ta đã gánh chịu qua rất nhiều năm. Thêm vào đó, khi chiến tranh chấm dứt, người dân hai miền đã phải sống qua những áp lực và khó khăn gây ra bởi những chính sách hậu chiến tranh của nhà nước, tạo cho người dân từ Nam chí Bắc một nỗi lo âu sợ hãi. Và đây là một căn bệnh của người Việt chúng ta, nó ăn vào xương vào tủy của rất nhiều người Việt Nam. Thêm vào đó, sự lạm quyền (và nhất là sự lộng quyền) của những quan chức địa phương như các vị chủ tịch các ủy ban nhân dân tỉnh huyện xã làm người dân bình thường lo sợ thêm mỗi khi thấy bóng dáng của các vị này và nhất là khi chính mình bị mời lên làm việc ở một văn phòng bộ công an. Sự sợ hãi này sẽ làm cho những nhân chứng quan trọng trong bất cứ vụ án nào ở Việt Nam im hơi lặng tiếng. Họ sợ dây vào thì sẽ bị liên lụy sau đó vì những đe dọa hoặc những cuộc trả thù thẳng tay.

Câu hỏi được đặt ra ở đây là nhà nước (vị thầy thuốc chữa bệnh tham nhũng) có chính sách nào để lấy đi sự sợ hãi của người dân trước bộ máy của nhân viên an ninh (tức là cảnh sát và công an) nhà nước? (hay là nhà nước ngược lại đang củng cố sự sợ hãi này để dễ trị dân và giữ trật tự trong nước?).

Ngoài ra cách dùng những nhân viên dân sự (không làm việc cho nhà nước) mà các báo lề trái thường gọi là xã hội đen (hay côn đồ) để áp đảo dân biểu tình kêu oan hay để dẹp "loạn" là việc thường thấy nhắc đến rất thường xuyên trên những báo lề trái này.

Trở ngại thứ ba là tự do báo chí ở trong nước. Chúng ta có hơn mấy trăm tờ báo chính thống trên mạng nhưng không tờ báo nào cho chúng ta những tin tức có thể tin cậy được hoàn toàn trừ những tin vô thưởng vô phạt thường nhật như tai nạn xe cộ hay những án mạng trong nước.

Tìm những bài phân tích tự do về cách cai trị và điều hành guồng máy quốc gia của nhà nước rất khó. May thay nhờ vào sự có mặt hiện nay của truyền thông trên mạng (cái được gọi là Internet), những blogs độc lập trong nước đã tạo được một thành quả rất lớn trong việc đem ánh sáng công luận trong vụ Tiên Lãng (TL). Các blogs "không chính thống" này đã gây sự chú ý và nhất là sự quan tâm của rất nhiều người trong và ngoài nước.

Sự quan tâm rộng lớn này cũng có thể là một lý do đã thúc đẩy (cựu) Thủ Tướng Nguyễn Tấn Dũng "thân chinh" dự phần vào việc xử lý thảm kịch TL.

Nói tóm lại, một thay đổi trong cơ chế nhà nước về luật pháp để hệ thống luật pháp được độc lập, một chính sách cai trị dùng nhân viên công lực ngay thẳng và có lòng nhân ái, và sự nới rộng về tự do báo chí là ba điều cần phải làm theo suy luận của tôi để xây dựng một xã hội an lành hơn. Tôi không biết quý độc giả và nhà nước có đồng ý với suy luận của tôi hay không, và tôi cũng không biết nhà nước có muốn thực hiện ba việc này hay không.

BỆNH UNG THƯ, MỘT CĂN BỆNH NGẶT NGHÈO...

Trong chuyến đi về thăm Canada vừa qua, chúng tôi có rất nhiều niềm vui và sự ấm cúng được gặp lại bạn bè và người thân nhưng đồng thời chúng tôi cũng đã sống qua những giây phút chạnh lòng. Đã có những người bạn thân của chúng tôi ra đi vĩnh viễn gần đây vì bệnh ung thư. Và chúng ta đều biết bệnh này là một trong những căn bệnh ngặt nghèo nhất vào thời đại chúng ta đang sống.

Vừa qua, tôi nhận được tạp chí Science et Vie, một tạp chí có giá trị xuất bản ở Pháp, số đặc biệt nói về bệnh ung thư. Và tôi đã để thì giờ đọc và tóm tắt những chi tiết quan trọng dưới đây.

Hiện nay theo thống kê của bộ y tế Pháp, một người đàn ông Pháp trên hai và một người đàn bà Pháp trên ba trước sau cũng phải bị con bệnh ung thư đến viếng trong cuộc đời của họ. Bệnh này đã được nhà y sĩ kiêm hiền triết Hippocrate khám phá ra từ thế kỷ thứ tư trước công nguyên và bệnh ung thư đã trở thành nguyên nhân đầu tiên trong các bệnh gây tử vong ở Pháp năm 2004.

Các phương pháp chữa bệnh ung thư ngày nay cũng rất tiến bộ, nhờ vào những nghiên cứu trong ngành y khoa gần đây. Bên cạnh những cuộc giải phẫu và phương pháp dùng tia phóng xạ và dùng thuốc hoá học cực mạnh, hiện nay các nhà nghiên cứu đang phát triển một phương pháp dùng những tế bào đặc biệt mà họ có thể tiêm vào máu để "tiêu diệt" thẳng những tế bào ung thư.

Trước khi nói thêm về những phương pháp chữa bệnh ung thư của y khoa Âu Mỹ, tôi xin ôn lại những cấu trúc của căn bệnh trầm kha này.

HIỂU BỆNH

Trong cơ thể chúng ta có khoảng 200 loại tế bào khác nhau. Tế bào gan, tế bào máu, da, và những nơ ron của óc v.v.... Mỗi loại tế bào có công năng và cấu trúc riêng rẽ. Trong tất cả những tế bào này, chỉ có khoảng 10% là trường thọ (nghĩa là sống rất lâu, nhiều sách dùng chữ bất tử (cellules immortelles)), còn lại đều theo một chu kỳ tự hủy hoại và tự làm mới không ngừng. Mỗi ngày, trung bình có khoảng một ngàn tỉ tế bào trong cơ thể chúng ta tự hủy diệt và cùng lúc có cả ngàn tỉ tế bào mới được sinh ra. Khi sự hủy diệt và sự sinh sản của các tế bào nằm trên thế quân bình (nghĩa là số lượng hai bên bằng nhau), mọi việc êm đẹp, sức khoẻ chúng ta được gìn giữ. Khi thế quân bình ấy lung lay, bệnh ung thư gõ cửa đặt chân vào nhà.

Theo sự giải thích đơn giản nhất của các bác sĩ chuyên môn, bệnh ung thư nhen nhúm khi có một số tế bào thoát khỏi cấu trúc của sự hủy hoại tự nhiên và trở thành bất tử. Những tế bào này thoát khỏi mọi kiểm soát của cơ thể và tiếp tục tự sinh sôi nẩy nở và khi chúng trở thành đông đảo, chúng tụ họp lại thành một cái bướu (tumor). Cái bướu này không ngồi yên mà tiếp tục hoạt động và tự tạo ra những mạch dẫn máu riêng biệt. Chính những mạch máu này sẽ đưa những tế bào mới (hung hăng, hay còn gọi là có ác tính) đi vào những bộ phận khác của cơ thể và dần dà tạo thành những ốc đảo (bướu) mới. Lúc đó các nhà chuyên môn gọi tình trạng này là ung thư toàn diện (cancer généralisé hay métastases).

Tất cả cấu trúc của sự sinh sản ra tế bào ung thư, theo những lý thuyết căn bản hiện thời, nằm trong các gien (gènes) của chúng ta (còn được gọi tắt là ADN hay DNA). Mỗi tế bào của con người chứa khoảng 30,000 gien. Những gien này được trao truyền lại từ cha mẹ (và tổ tiên) chúng ta. Chúng có mặt và có công năng giúp các tế bào mới được sinh sản đúng theo gien mà chúng ta đã được trao truyền. Phần lớn các nhà chuyên môn nghiên cứu về bệnh ung thư ngày nay (trừ hai bác sĩ ở Boston, xin xem chú thích cuối bài này (*)), đều xác nhận là trong quá trình sinh sản những tế bào mới, đôi khi công thức ADN (DNA) bị sai lệch và không được theo đúng. Ở mỗi đầu dây ADN, có một một nhóm nhỏ được gọi là đồng hồ chẩn y (télomères) ngày đêm canh gác và săn sóc những tế bào mới sinh. Khi sự chẩn y này không chạy hay bị trục trặc, việc sinh sản những tế bào mới không theo đúng công thức ADN bình thường và những tế bào mới này đơn phương hoạt động và biến đổi dưới những dạng ADN khác nhau. Các nhà nghiên cứu tìm thấy 33,000 bộ mặt ADN mới trong các bướu ác tính ở da và khoảng 23,000 trong những bướu ung thư ở phổi. Gần đây nhất, các nhà nghiên cứu tìm ra thêm là những gien mới có khả năng biến những tế bào bình thường thành tế bào khác thường (có ác tính) và phương thức biến hoá này rất phức tạp và biến đổi liên tục.Và chính vì sự phức tạp và tính cách biến đổi nhanh chóng này mà ngành y khoa hiện nay chưa tìm ra được thuốc chữa phổ quát (universel). Tuy thế các nhà chuyên khoa hy vọng sẽ tìm được thuốc chữa cho từng loại ung thư khác nhau. Sau đây là tóm tắt các loại ung thư đang được nghiên cứu (vì sự hiểu biết về từ ngữ y khoa của người viết bài này còn yếu kém nên xin được mạn phép mượn những từ tiếng Pháp):

• Adénocarcinome và carcinome (ung thư biểu mô): chiếm đa số (85%) những bệnh ung thư của các bộ phận như vú, gan, bao tử, phổi v.v…

• Sarcome: 2%, xương, gân cốt, mạch dẫn máu và các ống quản…

• Lymphome: 5-7%, tuyến, lá lách, đường tiêu hoá, bộ phận sinh dục…

• Leucémie (ung thư máu) và myélome (bệnh u tủy): 4%, máu, tủy…

Việc đầu tiên đập vào mắt tôi là thống kê về ung thư trên toàn cầu. Có một sự khác biệt rõ rệt về số người chết về ung thư giữa bắc và nam bán cầu (không tính Úc Châu). Ở Nam Mỹ và Phi Châu số người chết về ung thư rất ít. Tôi tò mò đọc thêm thì người viết bài có chú thích thêm là ở những nước nghèo ở nam bán cầu, người ta chết vì những bệnh truyền nhiễm trước khi khám phá ra họ có bệnh ung thư. Và thống kê về bệnh ung thư rất hiếm hoi. Ngay chỗ tôi ở hiện nay (Yaoundé, Cameroun), không ai nói tới bệnh ung thư cả. Phương tiện chẩn bệnh và chữa bệnh ung thư ở đây hầu như không có, thì làm gì mà nói đến thống kê. Những bệnh gây tử vong lớn nhất ở đây là bệnh sốt rét rừng (malaria hay paludisme), bệnh HIV và bệnh lao, sau đó chiếm hạng tư là những người chết bởi tai nạn lưu thông. Và theo thống kê của những nước Âu Mỹ, tỷ lệ người bệnh được cứu sống sống sau khi ung thư được phát hiện sớm ngày nay cao hơn so với cách đây 10 năm trước nhờ vào những thuốc chữa mới. Và dưới đây là thống kê của bộ y tế Pháp:

- Ung thư tiền liệt tuyến (prostate, đàn ông), tỷ lệ cứu sống sau khi ung thư phát hiện: 80%
- Vú (phụ nữ), 85%
- Ruột, 56%
- Phổi, 14%
- Cổ họng và mồm, 95%
- Máu, 55%
- Thận, 62%
- Bọng đái, 58%

NHỮNG NGUYÊN NHÂN ĐƯA ĐẾN BỆNH

Theo tổ chức quốc tế về sức khoẻ (OMS hay WHO), hiện nay, tùy nơi chốn chúng ta sống, người dân của rất nhiều quốc gia trên thế giới, vì nhu cầu mở mang kinh tế và mưu sinh, không còn sống gần thiên nhiên như tổ tiên họ. Con người, với sức khám phá và cuộc thi đua kinh tế cũng như quân sự, đã bào chế hơn 100,000 chất hoá học. Đa số những chất này được dùng trong hầu hết những kỹ nghệ canh tác nông nghiệp, chăn nuôi, thực phẩm, dược phẩm và những kỹ nghệ bào chế xe hơi, máy bay, tàu thủy cho đến tất cả những máy móc dùng trong nhà chúng ta hằng ngày.

Những độc tố gây ra bởi sự tranh đua này hiện nay được tìm thấy trong nước uống, trong không khí chúng ta thở và trong thức ăn chúng ta dùng mỗi ngày. Hiện nay ở những nước Âu Mỹ, đã có những phong trào ăn uống dùng thức ăn được biến chế hoặc trồng trọt từ những nông trại không dùng thuốc hoá học và các thuốc trừ sâu. Thực phẩm mang tên "bio" (bên Pháp) hoặc mang tên "organique" (Bắc Mỹ) có thể được tìm thấy dễ dàng hầu hết trong các siêu thị. Và tương lai, nếu số người dùng những thức ăn này tăng lên, giá hàng sẽ rẻ đi (hiện nay thì khá đắt nếu quý vị muốn hoàn toàn ăn theo kiểu bio (dịch tiếng Việt là dưỡng sinh được không? ở trong nước họ dùng chữ "sinh thái" để dịch cho chữ écologique).

Môi trường thiên nhiên có nhiều độc tố, thêm vào đó, cũng theo tạp chí Science et Vie, cách sống và mưu sinh của con người trong những xã hội tân tiến làm tinh thần họ luôn căng thẳng (stress hay xì trét). Một số bác sĩ tin rằng có sự liên hệ mật thiết giữa tâm thần (mental) và bệnh ung thư, mặc dù họ chưa hiểu rõ sự liên hệ này. Tôi có một anh bạn sau khi ung thư phát hiện, bác sĩ nói anh chỉ sống thêm khoảng 6 tháng là nhiều. Anh đi học và sống theo phương pháp thiền của đạo Phật và anh đã sống thêm được gần 10 năm. Ngày nay bên Mỹ, ở vùng Boston, có ông bác sĩ tên là Jon Kabat-Zin đã mở một trung tâm chữa bệnh tâm thần bất an để giúp những người mắc bệnh ung thư bằng phương pháp sống có chánh niệm của đạo Phật (phương pháp ông được gọi là mindfulness based stress-reduction technique). Theo ông cách sống này không chữa được bệnh ung thư nhưng phương pháp thở của ông giúp con bệnh sống hài hòa bớt lo sợ căng thẳng khi biết cơn bệnh đã phát sinh. Ông này đào tạo được rất nhiều chuyên viên về ngành y tế và những người này khi về lại thành phố họ, đã tiếp tục đóng góp cho cộng đồng của họ qua những dịch vụ y tế dùng phương pháp thiền của ông Kabat-Zin.

Hiện nay trong cộng đồng Việt Nam chúng ta ở hải ngoại cũng đã có rất nhiều môn phái dạy cách tập để giữ gìn thân và tâm. Từ những khóa tu Khí Công cho đến những khóa tu thiền, càng lúc càng có nhiều người tham dự. Học được cách sống để thân thể được lành mạnh và tâm ta có những giây phút an lạc trong một thế giới ngày càng nhiều biến động và bất an là một may mắn lớn.

NGỪA BỆNH

Theo tạp chí Science et Vie thì cách ngừa bệnh hay nhất là chúng ta phải có một đời sống thật đơn giản, một cách sống kỷ cương và có ý thức, nhất là ăn uống cẩn thận và có chừng mực, tránh xử dụng những chất có nhiều độc tố, và phải luôn hoạt động thể dục cơ thể cũng như tạo cho mình những niềm vui lành mạnh. Đã có rất nhiều sách viết về cách ăn uống để ngừa bệnh ung thư. Còn vấn đề giảm bớt những phiền não và lo âu trong cuộc sống thường nhật đầy bươn chải và nhiễu nhương thì tạp chí chỉ nói là mỗi chúng ta phải tự tìm ra những phương pháp riêng và thích hợp cho mình. Như nói ở trên, cộng đồng VN chúng ta ở hải ngoại đã có những hội đoàn tổ chức các buổi tập thể dục dưỡng sinh như khí công, yoga, tài chí v.v…và những khoá tu thiền theo những pháp môn khác nhau của đạo Phật và đạo Chúa. Có một số người xả stress bằng cách đánh bóng bàn mỗi tối sau khi ăn hoặc đi bộ cả mấy tiếng đồng hồ trên chiếc tapis có máy quay (thread mills) trong nhà, hoặc đi bơi; có người thì thích học và tập nhảy theo những điệu nhảy latino rất kích động gọi là zumba v.v…Bất cứ loại thể dục nào nếu chịu khó làm đều đặn đều tốt cả. Và dĩ nhiên với đời sống gia đình êm ấm đoàn tụ và công ăn việc làm tốt, đây cũng là những yếu tố quan trọng khác giúp chúng ta tìm được hạnh phúc trong cuộc sống.

CHẨN BỆNH

Ở các nước tân tiến, điều kiện chăm sóc về y tế và sức khoẻ người dân tương đối khá đầy đủ. Việc chẩn bệnh sớm nhờ vào máy móc tối tân cũng giúp và cứu được rất nhiều người cho những bệnh ung thư về vú, ruột, tử cung, tiền luyệt tiến và da. Phương pháp chẩn bệnh khác nhau tùy từng loại ung thư. Về ung thư vú thì bác sĩ khuyên các phụ nữ trên 50 tuổi nên có rọi kiếng (hay chụp hình, radiographie) mỗi hai năm. Những hình này cho thấy rất sớm những tế bào ung thư chưa kịp làm thành bướu. Về ung thư ruột thì việc chẩn bệnh rất đơn giản: chỉ cần dùng thuốc Hemoccult II (và chính bạn cũng có thể tự làm) để tìm ra những vết máu trong phân. Về ung thư tử cung thì việc chẩn bệnh cũng dễ dàng: bác sĩ dùng dụng cụ mềm để xoa và lấy một phần da trên mặt tử cung và đem đi xem bằng kính hiển vi (microscope) sau đó. Về ung thư tiền liệt tuyến thì ngoài việc khám tại phòng bác sĩ để xem độ lớn của tiền luyệt tiến, họ còn thử cường độ PSA trong máu. Và cuối cùng là ung thư da: bác sĩ dùng kính đặc biệt để xem thẳng những vùng da trên người bạn bằng mắt thường.

NHỮNG CÁCH CHỮA BỆNH THEO KHOA HỌC TÂN TIẾN ÂU MỸ

Giải phẫu: cách thông thường hiện nay là phương pháp cắt bỏ vùng có tế bào ung thư hoành hành. Bác sĩ William Stewart Halsted là người đầu tiên dùng phương pháp này trên vú (mastectomie) bên Mỹ năm 1890. Ngày nay nhờ vào tiến bộ kỹ thuật, những phương pháp mổ này tinh vi và nghệ thuật hơn.

Cách dùng hormone (hormonothérapie): phương pháp này dùng một số hormones để chận sự tăng trưởng của một số bệnh ung thư như ung thư vú và tiền luyệt tiến, được phát hiện từ năm 1896.

Xử dụng tia phóng xạ X: nhờ vào những khám phá của bà Marie Curie, ngày nay việc dùng quang tuyến X trở thành chuyện dễ dàng, từ việc dùng tia này để tiêu hủy những tế bào ung thư cho đến việc chụp hình những vùng bị tế bào ung thư xâm chiếm (scintigraphie, Petscan…).

Dùng máy chụp và xoi cực bé (endoscope): với kỹ

thuật dùng những dây thật bé (làm bằng fibre de verre) và mềm mỏng, các bác sĩ có thể nhìn và cắt đi những bướu ung thư mọc trong những vùng hóc hiểm xa xôi của cơ thể mà không cần phải mổ bệnh nhân.

Dùng thuốc hoá học cực mạnh (chimiothérapie): năm 1943, một tai nạn xảy ra ở hải cảng Naples trên một tàu chiến của Hoa Kỳ. Một cái bình chứa hơi moutarde (mustard) bị vỡ và một số thủy thủ hít phải hơi độc. Bác sĩ Alfred Gilman theo dõi bệnh tình của mấy bệnh nhân này và nhận xét là số bạch huyết cầu (globules blancs) trong máu họ giảm đi rất nhiều. Từ đó các bác sĩ nghĩ ra cách làm thuốc hoá học để tiêu diệt những bạch huyết cầu ác tính trong những bệnh ung thư máu. Từ đây, phương pháp dùng những chất hoá học cực mạnh (méthotrexate, actinomycine, caryolysine…) ra đời.

Dùng tia phóng xạ gamma, từ trường và tia positron: Bác sĩ Mỹ Hal Anger được xem là người đầu tiên (1957) dùng máy ảnh chụp hình những vùng có bệnh trên cơ thể nhờ vào những tia phóng xạ gamma từ những bộ phận cơ thể có tế bào ung thư phát ra. Những tia gamma này phát ra từ một dung dịch được bơm vào vùng có bệnh dưới dạng chất lỏng (tỉ dụ như chất iode 123 dùng trong việc chẩn bệnh yết hầu) trước khi chụp. Và còn nhiều phương pháp dùng tia phóng xạ hay từ trường ngày càng tối tân như IRM (hay MRI, imagerie par résonance magnétique) hay TEP (topographie par émissions de positrons)…

Dùng những thực vật thiên nhiên như cây IF (một loại thông): lá và vỏ cây IF có chất taxol có tác dụng ngăn ngừa sự sinh sản của tế bào ung thư và được dùng để chữa một vài ung thư như tiền luyệt tiến, phổi và vú.

Chữa bệnh bằng thuốc chỉ nhắm vào tế bào ung thư (thérapies ciblées): phương pháp này được áp dụng từ năm 2000 và ngày càng tiến bộ. Nguyên tắc của cách chữa này là nhắm vào tế bào ung thư và tránh tối đa không động đến những tế bào lành mạnh. Hai nhà nghiên cứu người Mỹ về sinh học, ông Harold Varmus và ông Michael Bishop, là những người đầu tiên khám phá ra những gien biến đổi của gien bình thường (1976). Cho mãi đến năm 2001 mới bắt đầu có thuốc chỉ nhắm vào những gien ung thư được bào chế. Gần đây nhất có thuốc Avastin được dùng để bóp nghẹt những bướu ung thư. Người ta tiên đoán từ nay đến năm 2015 sẽ xuất hiện rất nhiều thuốc mới càng ngày càng hiệu quả hơn.

(*) hai giáo sư chuyên về ung thư, ông Carlos Sonnenschein và bà Ana Soto của đại học Tufts (Boston, USA) nghĩ rằng bệnh ung thư là do sự xáo trộn của những tế bào được gây ra bởi sự truyền thông giữa các tế bào bị gián đoạn.

Yaoundé, đầu mùa đông năm 2011

TẢN MẠN VỀ BÀI NÓI CHUYỆN CỦA ÔNG TỔNG BÍ THƯ NPT Ở MỸ NĂM 2015

Bài nói chuyện của ông Tổng Bí Thư Đảng Cộng Sản Việt Nam Nguyễn Phú Trọng (xin viết tắt là TBT NPT) tại Trung Tâm Khảo Cứu Về Chiến Lược và Những Vấn Đề Quốc Tế (CSIS) của Hoa Kỳ tại thủ đô Hoa Thịnh Đốn ngày 8 tháng 7 vừa qua [7] rất xúc tích và ngắn gọn. Các quan khách ngồi nghe hôm đó chắc không ai phật lòng vì bài nói chuyện có thể gọi là khá tích cực với mục đích đẩy mạnh sự hợp tác giữa Việt Nam và Hoa Kỳ (VN & HK) trong đó phía Việt Nam, qua lời nói của ông TBT, đã bày tỏ rất nhiều lạc quan và tin tưởng về triển vọng tốt đẹp của quan hệ VN & HK trong thời gian tới. Tuy nhiên, cái tuy nhiên phải gió, theo tác giả bài viết này, bài nói chuyện của ông TBT NPT vẫn chưa được hoàn toàn thẳng thắn và minh bạch vì còn vài chỗ khá nhập nhèm.

Chuyện nhập nhèm đầu tiên là chuyện ông TBT NPT trách cứ chính phủ Mỹ cho những gì đã xảy ra ở Việt Nam 30 năm sau (1945 – 1975), sau ngày Việt Minh dùng bạo lực dành nắm chính quyền tại Hà Nội năm 1945.

Ngay trong phần nhập đề nói sơ về lịch sử quan hệ

Việt Nam (VN) và Hoa Kỳ (HK), ông Trọng đã khẳng định là phải chi ngày đó Mỹ chú ý đến sự thỉnh cầu của Việt Nam và phúc đáp đến nơi đến chốn những thỉnh cầu đó với sự giúp đỡ tận tình của Mỹ thì làm gì có chuyện hai nước Mỹ và Việt Nam đã *"phải trải qua một giai đoạn đầy thăng trầm và đau thương cho đến khi bình thường hóa quan hệ năm 1995"* [7]. Theo ông Trọng, ông Hồ Chí Minh đã viết thư cho cố tổng thống Truman và các nhà lãnh đạo Mỹ không phải một lần mà là... 14 lần! và không lần nào nhận được hồi âm. Tôi không biết văn khố Mỹ (hay văn khố Việt Nam) còn giữ những phóng bản hay bản chính của 14 lá thư này không. Vì nếu có thì đây đúng là chứng cứ hùng hồn bảo đảm cho lời tuyên bố của ông Trọng là... không ngoa. Tuy nhiên ở thế giới truyền tin và thông tin hiện đại ngày hôm nay, chúng ta có thể Gú Gờ và có thể tìm ra một số các tài liệu này khá dễ dàng. Và mặc dù không tìm được đầy đủ 14 lá thư đó, liên kết mạng số [4] dưới đây trong danh sách tham khảo cũng cho chúng tôi thấy khá rõ nội dung của những điện tín và những trao đổi của ông Hồ với ông Truman và một số lãnh đạo Mỹ. Và theo những tài liệu tìm được thì điều ông Trọng nói đúng, Việt Nam ngay từ đầu có cầu cứu Mỹ.

Ông Trọng rất khôn ngoan, ông giáo đầu tuồng bằng cách trách cứ Mỹ vừa đủ nhẹ nhàng để không gây nên sự phẫn nộ của các quan khách có mặt. Đại để ông TBT nhấn mạnh là ông Hồ Chí Minh đã viết cho các ngài lãnh đạo Mỹ đến 14 lần mà các ngài vẫn im ru làm ngơ thì các ngài cũng có lỗi cho những gì xảy ra ngày hôm nay vì chính các ngài đã đẩy chúng tôi vào con đường tranh đấu chống thực dân Pháp với sự giúp đỡ của Tàu và Nga chứ từ nguyên thủy chúng tôi đã nghĩ đến Mỹ trước tiên. Và ông Trọng thừa thắng xông lên, ông dõng dạc tuyên bố là Việt Nam và Hoa Kỳ đã từng là đồng minh chống phát xít trong suốt thời gian đệ nhị thế chiến (1939-45). Tôi không phải là sử gia nhưng câu tuyên bố chung chung này làm tôi hơi sững sờ. Sững sờ vì tôi thấy lời phát biểu này của ông Trọng hơi có tính cách cường điệu. Thật thế, lịch sử ghi rõ ràng rằng ông Hồ thực ra mãi đến năm 1941 mới về nước và tuy thực sự lúc đó Việt Minh có lén lút giúp đỡ toán quân trinh sát OSS của Mỹ (United States Office of Strategic Services), việc này cũng không kéo dài được bao lâu vì sau đó ông Hồ lại bôn ba sang Tàu và bị quân của Tưởng Giới Thạch bắt và nhốt giam cho đến năm 1943 mới thả. Ông về lại Việt Nam và bị bệnh xuất huyết ruột và ông may mắn được cứu sống bởi các bác sĩ Mỹ thuộc toán quân OSS có mặt ở vùng cao nguyên Việt Bắc lúc bấy giờ.

Hiện nay vẫn chưa có tài liệu nào giải mã bí ẩn tại sao Mỹ lại im lặng trước những lời kêu gọi của Việt Nam. Sách của bà Céline Marangé [8] cho thấy trong thời buổi nhá nhem đó sau hội nghị Postdam, nước Mỹ đang phải đương đầu với sự bành trướng và xâm chiếm bất thần và ngang ngược của Nga ở Đông Âu và theo những trang sách của Marangé (từ trang 160 trở đi), đã có những sự đi đêm giữa Nga và Pháp và người đọc có thể đoán được là Nga đã hoàn toàn ủng hộ sự trở lại của Pháp ở Đông Dương sau những lần gặp gỡ giữa Molotov (bộ trưởng bộ ngoại giao Liên Xô) và đại sứ Pháp tại Moscow. Và lúc đó Việt Nam bị cô lập nặng nề và phải cầu cứu Tàu. Và lịch sử một lần nữa đã cho thấy sự hiện diện của Tàu Cộng trong suốt quá trình đấu tranh dành độc lập của Việt Nam. Sau khi Trung Quốc tuyên bố độc lập ngày 1 tháng 10 năm 1949 và vẫn theo sách của Marangé, ông Hồ lúc đó tuy đã 60 tuổi nhưng ông vẫn đủ sức lặn lội đi bộ qua biên giới Việt Bắc sang Tàu và cuối cùng được Chu Ân Lai đón tiếp trọng thể vào đầu tháng giêng năm 1950. Mao Trạch Đông, lúc đó đang ở Moscow, đã gửi điện tín về chúc mừng và lên tiếng thừa nhận chính thức chính phủ Việt Minh dưới sự lãnh đạo của ông Hồ. Sự có mặt của Trung Quốc (TQ) trong chính trị và chính trường Việt Nam (cả về tư duy lẫn nhân sự và khí giới) là một sự thật. Và nợ nần với TQ qua sự giúp đỡ súng đạn và kinh tế ngày càng chồng chất bắt đầu từ năm 1950 cho đến trận Điện Biên Phủ (1954) và tiếp tục mãi cho đến khi VNDCCH toàn thắng năm 1975.

Ông TBT NPT có nhắc đến tuyên ngôn độc lập Việt Nam năm 1945 trong phần mở đầu bài nói chuyện của ông. Tôi xin trích dẫn một đoạn của phần nhập đề của ông Trọng ở đây:

"Tuyên ngôn Độc lập của nước Việt Nam mới năm 1945 được mở đầu bằng trích dẫn Tuyên ngôn Độc lập của Hợp Chúng Quốc Hoa Kỳ "Tất cả mọi người đều sinh ra có quyền bình đẳng. Tạo hóa cho họ những quyền không ai có thể xâm phạm được, trong những quyền ấy, có quyền được sống, quyền tự do và quyền mưu cầu hạnh phúc"."

Ở chỗ này, ông Trọng muốn làm mát lòng thính giả Mỹ nhưng theo tôi câu này có thể có tác dụng ngược. Vì người Mỹ không những có một văn bản hiến pháp ngắn, khúc chiết và rõ rệt nhất trong các văn bản hiến pháp hiện nay, họ còn là những người biết áp dụng triệt để hiến pháp đó và chính sự áp dụng nghiêm túc này đã đưa nước Mỹ lên hàng cường quốc bậc nhất hiện nay trên thế giới. Trong khi đó ở nước ta thì các lãnh đạo luôn tuyên bố rất hay nhưng lời nói ít khi được đi đôi với việc làm. Chính quyền Việt Minh sau năm 1945 đã cho ra đời hiến pháp 1946, cũng là một bản sao của hiến pháp Hoa Kỳ, nhưng đến năm 1958 thì họ lại bỏ nó đi và thay vào đó bằng một hiến pháp mới với tư duy hoàn toàn cộng sản và mọi quyền lực nằm trong tay một đảng duy nhất.

Như tiến sĩ Hoàng Xuân Phú đã từng viết [2] và chính tác giả bài này cũng đã từng viết về văn bản hiến pháp 1946 [1] [5], hiến pháp 1946 là một hiến pháp tiến hóa và rất tiên tiến vào thời điểm năm 1946 trong đó các quyền tự do căn bản của người dân được tôn trọng vô điều kiện, như điều 10 của hiến pháp 1946 đã ghi rõ [3]:

Điều thứ 10

Công dân Việt Nam có quyền:

- Tự do ngôn luận

- Tự do xuất bản

- Tự do tổ chức và hội họp

- Tự do tín ngưỡng

- Tự do cư trú, đi lại trong nước và ra nước ngoài.

Các quyền tự do này đã bị lấy đi, hay nói theo cách nói hóm hỉnh của ông Hoàng Xuân Phú là "đã teo dần", khi các văn bản hiến pháp 1959, 1980, 1992, và 2013 ra đời (xin đọc bài rất đặc sắc "Teo dần quyền con người trong Hiến Pháp" của Hoàng Xuân Phú theo liên kết [4] dưới đây).

Văn bản hiến pháp đầu tiên của nhà nước VNDCCH (năm 1958) đã đưa chủ nghĩa cộng sản lên ngôi một cách chính thức ở miền Bắc VN lúc bấy giờ. Và hiến pháp gần đây nhất sau khi thống nhất bờ cõi của nhà nước CHX-HCNVN (tức là hiến pháp 2013) lại tiếp tục quy định rành mạch một lần nữa sự nắm quyền tuyệt đối của Đảng Cộng Sản Việt Nam qua điều 4 của hiến pháp này. Tự do của người dân là những quyền tự do hoàn toàn tương đối vì tất cả đều phải do pháp luật quy định [5].

Ở đây tôi xin mở một ngoặc đơn để xin dông dài diễn tả thêm về cái cơ chế điều hành của nhà nước CSVN. Tất cả quyền hành tuyệt đối nằm trong tay một nhóm người họp nên một cơ quan lãnh đạo tối cao có tên là Ban Chấp Hành Trung Ương (BCHTW). Cứ mỗi 5 năm, các chi bộ Đảng từ các cấp xã, huyện, phường cho đến tỉnh, đề cử các đại biểu tham dự đại hội Đảng. Đại hội Đảng sắp tới đây sẽ diễn ra vào năm 2016 vì lần chót họp toàn quốc lần thứ XI là vào năm 2011. Năm 2016 việc họp hành làm việc có thể lại theo vết xe cũ, nghĩa là sẽ có khoảng hơn 1000 đại biểu đại diện cho khoảng 3.6 triệu đảng viên về tham dự đại hội. Những đại biểu này sẽ bầu ra BCHTW. Sau đó các ông và các bà của BCHTW sẽ bầu ra Bộ Chính Trị (BCT), Tổng Bí Thư (TBT) và Ban Bí Thư, Ủy Ban Kiểm Tra Trung Ương (UBKTTW) và chủ nhiệm UBKTTW từ số các ủy viên trung ương này. Trong vòng từ 3 đến 6 tháng và có khi kéo dài cả năm sau khi đại hội Đảng kết thúc, bầu cử quốc hội mới được tiến hành. Quốc hội từ đó mới lần lượt bỏ phiếu phê chuẩn các vị lãnh đạo then chốt trong chính phủ (mới) từ các thành viên của BCT và BCHTW. Tới đây chúng ta đã biết rõ hơn về cơ chế của guồng máy lãnh đạo của ĐCSVN và chúng ta có thể khẳng định rằng cuộc bầu cử BCHTW vô cùng quan trọng. BCHTW là đầu não. BCHTW là những người có trọng trách về các chính sách kinh tế, chính trị, giáo dục, xã hội, quốc phòng và an ninh quốc gia. Và người đứng đầu trách nhiệm về tư duy và cương lĩnh của Đảng không ai khác hơn là ngài Tổng Bí Thư.

Và ông TBT NPT đã nói rất rõ cho người Mỹ về khát vọng của nhà nước Việt Nam. Ông đã dõng dạc với châm ngôn rất đặc biệt gồm 16 chữ (không vàng thì cũng kim cương) là chúng tôi, dân tộc Việt Nam, dù có thể chế chính trị khác với dân tộc Mỹ, chúng tôi sẵn sàng ***"gác lại quá khứ, vượt qua khác biệt, phát huy tương đồng, hướng tới tương lai"***!

Nghe đến đây thì tôi thấy châm ngôn 16 chữ "kim cương" này quá hay. Nếu làm được thì chắc chắn quan hệ đối tác toàn diện mà ông Trương Tấn Sang đã ký với Mỹ năm 2013 sẽ đem đến rất *"nhiều lợi ích và hạnh phúc của nhân dân hai nước"*, để trích lời ông Trọng.

Phương châm 16 chữ như thế là điều kiện cần và đủ cho sự thành công của quan hệ VN & HK.

Quá khứ phải gác!

Chúng ta phải nhắc các lãnh đạo VN bớt mồm lại, đừng chửi Mỹ xa xả như trong bài diễn văn của thủ tướng Nguyễn Tấn Dũng ngày 30 tháng 04 vừa qua. Đừng cứ năm nào cũng ăn mừng rầm rộ chiến thắng 30 tháng 04. Thay vì ăn mừng thì mình cố gắng chuyển biến nó thành ngày đoàn tụ hay ngày sám hối và tìm những cách để làm cho ngày đó thật sự là ngày mà cả hai dân tộc miền Nam và miền Bắc có thể ôm chầm lấy nhau. Hiện nay thì việc này còn xa vời lắm. Phải tiếp tục hoàn tất việc tìm mộ và hài cốt của cựu quân nhân Hoa Kỳ đã bỏ mình ở Việt Nam và phải đi xa hơn thế nữa, nghĩa là phải làm việc này ngay cho những cựu chiến binh VNCH và những người tù cải tạo (xin đọc bài của Giáo Sư Lê Xuân Khoa viết mới đây về vấn đề này [9]). Việc làm này là một việc làm chính đáng, ông Trọng gọi nó là vấn đề nhân đạo. Ông chỉ đúng một phần. Đây không phải là mình rũ chút lòng thương cho người nằm xuống và thân nhân của họ không mà đây là mình biết chứng tỏ tình thương với những người cùng dòng máu, mình biết khôi phục lại nhân phẩm của con người trên căn bản nhân văn dù họ không cùng niềm tin tư duy và chính trị với mình. Đây cũng là chứng tỏ lòng biết ơn, lòng cảm phục và sự tôn trọng với hơn 3 triệu người Mỹ gốc VN đã bỏ nước ra đi tìm tự do và họ đã và đang có những đóng góp rất lớn vào sự thịnh vượng của nước Mỹ hiện nay. Và chính kiều hối của người Việt hải ngoại cũng đã và đang tiếp tục đóng góp rất nhiều vào kinh tế Việt Nam.

Những người lính VNCH đã nằm xuống trong một cuộc chiến không cân xứng (vì bị người Mỹ bỏ rơi) nhưng họ đã nêu gương anh dũng khi đánh đuổi quân Tàu Cộng ở Hoàng Sa, và họ đã nêu gương anh dũng trong suốt hơn 20 năm bảo vệ miền Nam VN trước cuộc xâm lăng của miền Bắc. Gác lại quá khứ thì chúng ta không những phải đủ sức gác bỏ hận thù nhưng chúng ta cũng phải sòng phẳng với lịch sử và phải giải quyết công bằng quá khứ vì quá khứ này cũng đã được dệt bằng những bất công, những sai phạm và những tội ác từ những chính sách cải cách ruộng đất và chính sách tù cải tạo tàn bạo ở Việt Nam.

Vượt qua khác biệt!

Khác biệt ghê gớm nhất hiện nay là khác biệt về thể chế chính trị. Nhưng ông Trọng đã không sai khi nói *"thế giới chuyển biến và phải có tư duy mới"*. Câu hỏi được đặt ra ở đây là khi nào thì Việt Nam mới đổi mới tư duy. Tư duy cộng sản theo chủ nghĩa Mác – Lê Nin đã quá cũ và đưa đến sự trì trệ về những phát triển quan trọng ở Việt Nam, từ khoa học, công nghệ, giáo dục, y tế, môi trường và an sinh của người dân cho đến việc thực thi pháp quyền, nhất là vấn đề tôn trọng quyền làm người mà ông Trọng cho là "nhạy cảm". Không thẳng thắn chấp nhận sự tụt hậu gây ra bởi tư duy sai lầm và sự dốt nát (dân trí thấp) thì rất khó vượt qua những khác biệt với tư duy tư bản của Mỹ. Chính tư duy tư bản này, được bảo vệ bởi một hiến pháp nhân bản, bởi lòng yêu nước cao và sự hăng say làm việc của người dân, đã đưa nước Mỹ đến sự thịnh vượng ngày nay.

Phát huy tương đồng!

Tương đồng hiển nhiên và quan trọng nhất là cả hai dân tộc VN và HK đều có cùng một khát vọng: cả hai đều muốn có quyền được sống, được tự do và mưu cầu hạnh phúc. Cả hai dân tộc đều mong muốn ổn định kinh tế và đời sống đủ cơm no áo mặc. Được hưởng một môi trường an sinh trong lành ít bị ô nhiễm. Và quan trọng hơn cả đó là cả hai nước cùng có xu hướng hòa bình. Hiện nay vấn đề hòa bình ở Châu Á đang bị đe dọa bởi những vụ xây đảo quy mô trái phép của Trung Quốc tại các đảo ở biển Đông nhất là Trường Sa. Mỹ đã lên tiếng cảnh cáo Trung Quốc về những vụ chiếm đóng và xây dựng bất hợp pháp này tại diễn đàn an ninh có tên là Đối Thoại Shangri-La 2015 gần đây qua những lời tuyên bố đanh thép của ông Bộ Trưởng Quốc Phòng Mỹ Ashton Carter. Một phái đoàn Việt Nam hùng hậu dưới sự chỉ huy của Thượng Tướng Nguyễn Chí Vịnh cũng đã có mặt nhưng ông Vịnh đã không nói câu nào trong phần trình bày chính thức của diễn đàn. Tuy nhiên ông có trả lời một số câu hỏi qua các cuộc phỏng vấn bên lề của các phóng viên Reuters và BBC. Một câu trả lời của Thứ Trưởng Bộ Quốc Phòng VN này đã trở thành đề tài tranh cãi trên mạng sau đó, một câu trả lời rất khôn khéo và không mất lòng ai sau đây của ông Vịnh: "***Càng căng thẳng thì càng phải độc lập tự chủ. Càng căng thẳng thì càng không bao giờ để kéo vào những liên minh với nước này để chống nước khác***". Có rất nhiều người nghĩ Việt Nam đã đánh mất một cơ hội để phát huy tương đồng với Mỹ về tình hình biển Đông!

Hướng tới tương lai!

Tương lai đây trước hết phải là tương lai quan hệ Mỹ - Việt. Và dĩ nhiên tương lai này có ảnh hưởng đến tương lai, an ninh và hạnh phúc của người dân trong vùng Đông Nam Á – Thái Bình Dương. Quan hệ Mỹ - Việt dĩ nhiên cũng có ảnh hưởng trực tiếp đến an ninh và sự buôn bán của Mỹ trong vùng. Hàng trăm ngàn tàu bè dân sự qua lại mỗi năm trên biển Đông. Những nước trong vùng không thể yên ổn nếu có chiến tranh xảy ra trong vùng biển Đông này. Các nước như Nhật, Nam Hàn, Đài Loan, Phi Luật

Tân, Mã Lai, Nam Dương, Thái Lan, Brunei, Singapore và Úc sẽ bị ảnh hưởng trực tiếp trước tiên nếu xung đột xảy ra.

Tương lai quan hệ Mỹ-Việt nằm trong tay ĐCSVN và chính quyền Hoa Kỳ. Mục tiêu thì rất cao quý tức là "***đối tác toàn diện để đi đến lợi ích chung***" nhưng việc làm thì hình như quả banh nằm trong tay Việt Nam nhiều hơn. Những thách thức về phía Việt Nam rất lớn. Đại hội Đảng thứ XII tới đây sẽ cho chúng ta thấy Việt Nam sẽ ném quả banh trong tay mình như thế nào. Chúng ta chờ xem văn kiện Đại hội Đảng lần này sẽ có những gì đặc sắc hơn trong chiều hướng 16 chữ kim cương của quan hệ Việt - Mỹ.

Ông Joe Biden có thể về học thêm về Kiều và lần tới khi gặp ông TBT NPT ông sẽ không phải thốt lên:

Bây giờ rõ mặt đôi ta

Biết đâu rồi nữa chẳng là chiêm bao

(Yaoundé một chiều mưa năm 2015)

Tài liệu tham khảo:

[1]https://www.danluan.org/tin-tuc/20130506/nguyen-duy-vinh-nhung-bien-dang-cua-cac-van-ban-hien-phap-cua-dang-cong-san-viet

[2]http://hpsc.iwr.uni-heidelberg.de/hxphu/index.php?page=readwriting&w=HienPhap2013-SuaNham-HayDoiThiet-20140829

[3]http://www.moj.gov.vn/vbpq/Lists/Vn%20bn%20php%20lut/View_Detail.aspx?ItemID=536

[4] http://hpsc.iwr.uni-heidelberg.de/hxphu/index.php?page=readwriting&w=TeoDanQuyenConNguoi-TrongHienPhap-20130115

[5] http://www.boxitvn.net/bai/21624

[6] http://www.historyisaweapon.com/defcon2/ho-chiminh/

[7] https://kimdunghn.wordpress.com/2015/07/10/toan-van-bai-noi-chuyen-cua-tong-bi-thu-nguyen-phu-trong-tai-csis/

[8] Le communisme vietnamien (1919-1991) – Céline Marangé – Paris: Presses de Sciences Po, 2012

[9] http://boxitvn.blogspot.ca/2015/07/hoa-giai-voi-nguoi-chet-hay-chuong.html

CHUYỆN ÔNG TÁO (HAY LÁ THƯ CUỐI NĂM TỪ YAOUNDÉ)

Bạn hiền ơi (nắng lên rồi gieo sáng ngời, bài hát này của ai thế nhỉ),

Hôm nay tôi được trường ASOY (American School of Yaoundé) mời đến nói chuyện cho một lớp trẻ con (5 tới 6 tuổi, xem hình dưới đây) về phong tục Tết Việt Nam. Đề tài không nhỏ. Tối hôm qua trước khi đi tôi đã xin cô Lan nhà tôi một cái bánh chưng để cho các em xem vì tôi cũng sẽ nói sơ về tục bánh chưng bánh dầy (nghe nói là có từ thời vua Hùng Vương thứ VI).

Vào đến lớp, bà giáo Sandra chưa kịp giới thiệu "thầy Dzinh" thì đã nghe các em cùng hô lớn bằng tiếng Việt:

"Xin chào anh Vinh"

Tôi nghĩ thầm trong bụng: chắc là bà giáo (nghe nói đã sống ở Việt Nam 4 năm) chỉ cho các em cách chào chứ ai lại chào như thế, tuổi mình đáng tuổi ông nội ông ngoại của các em (ở Việt Nam thì tôi sắp sửa được gọi bằng Cụ). Nhưng tôi cũng chỉ bấm bụng cười và khen các em và chào lại.

Rồi tôi bắt đầu đem hình ông bà cha mẹ đã qua đời ra và làm thành một bàn thờ tổ tiên nhỏ ngay giữa lớp. Trên bàn có cả bánh chưng cúng các cụ, có cả nhang đèn bộ lệ đầy đủ để chỉ cho các em biết thế nào là lễ mời tổ tiên về ăn Tết. Chỉ thiếu mỗi mâm trầu cau, hoa quả và ly trà. Thế rồi tôi giải thích cho các em về tiền lì xì và bà giáo đem các phong bì đỏ (mà bà đã sửa soạn từ trước) ra tặng các em.

Sau đó tôi nói về hoa đào và hoa mai. Rồi tôi lấy bộ áo dài khăn đóng mua ở Việt Nam ra mặc để các em xem (xin xem hình chụp kỷ niệm kèm theo cuối bài).

Sau đó là phần các em đặt câu hỏi. Trong lúc các em còn nghĩ ngợi thì bà giáo đỡ lời và hỏi tôi bất thình lình:

"Anh Vinh nói giùm về tục lệ tiễn ông Táo về Trời".

Và đây là lúc tôi rất khó xử. Tôi trả lời bà giáo:

"Chuyện này thảm khốc quá nếu phải nói đến truyền thuyết Táo quân vì có đến 3 người...chết cháy rất thảm khốc, không biết các em có đủ sức nghe?". Bà giáo nói không sao.

An tâm, thế là tôi thao thao bất tuyệt kể chuyện "lịch sử" (*) của Thổ Công, Thổ Địa và Thổ Kỳ. Cả ba người cuối cùng nhảy vào lửa. Ngọc Hoàng nghe chuyện thương quá mới phong cho ba nhân vật trong truyện những chức như Thần Bếp (Đông Trù Tư Mệnh Táo Phủ Thần Quân) trông coi việc bếp , Thần Đất (Thổ Địa Long Mạch Tôn Thần) trông coi việc nhà cửa và Thần Kỳ (Ngũ Phương Ngũ Thổ Phúc Đức Chánh Thần) trông coi việc chợ búa. Cả ba nhưng cũng là một thần và được gọi nôm na là Táo

Quân và từ đó có tục đưa ông Táo về trời ngày 23 tháng chạp để Táo Quân trình với Ngọc Hoàng những chuyện xảy ra trong gia đình kia.

Vừa kể xong chuyện, một bé gái đã đưa tay thật cao và xin nói. Tôi yêu cầu em phát biểu. Em nói dõng dạc:

"It is terrible your story about Mister Táo. Three persons throwing themselves into the fire. Unbelievable. I would never do that if this happens to me"

Tôi chỉ biết gật đầu đồng ý và bà giáo đỡ lời:

"This is a cultural thing. And you should not forget it happened a long time ago. At that time, people can kill themselves when they are in a state of shame, of disgrace, of dishonor"

Nhưng cô bé gái không vừa, nói thêm:

"Yeap but you can still fight for the truth, people have waited 25 years in jail for their honor to be exonerated,like prisoners wrongly accused and proofs of DNA later clear them".

Quỷ thần ơi, mới 6 tuổi mà nó lý luận như người lớn. Thật thế, nếu chuyện mình minh bạch, tại sao mình lại tuẫn tiết. Con bé nói thật đúng.

Con bé nó làm tôi nghĩ miên man và không có một câu trả lời cho nó. Tôi chỉ trả lời ấp úng:

"Give me some times and I may be able to answer your question next time we meet".

Và tôi cáo từ ra về.

Trên đường về tôi nghĩ miên man đến nào là chuyện Thiếu Phụ Nam Xương. Cũng thế, bị oan ức, nàng nhảy xuống sông tự vẫn....

Vì danh dự bị tổn thương, người ta có thể kết thúc đời mình.

Vì danh dự bị chà đạp, người ta có thể nếm mật như Câu Tiễn và quyết chí làm việc gì để trả thù phía đã gây cho mình khổ đau.

Tôi nghĩ đến chuyện ông Tiền Học Sâm (Tsien Hsu-shen, giáo sư ở Caltech và một trong những người sáng lập viên của phòng thí nghiệm nổi tiếng nhất thế giới Jet Propulsion Lab của Hoa Kỳ), vì bị INS và FBI Mỹ kết án ông là thành viên Cộng Sản TQ và tước quyền ông ngay trên đất Mỹ. Ông đã vô cùng ê chề và cay cú và cuối cùng ông xin về TQ (câu chuyện rất dài, xin đọc quyển Thread of the Silkworm của Iris Chang) và cả quãng đời còn lại ông đã giúp TQ bắn thành công những tên lửa (tiếng VC, tiếng VNCH là hỏa tiễn) chứa đầu đạn nguyên tử, đưa TQ lên hàng cường quốc về việc bắn vệ tinh lên không gian.

Và tôi đi đến kết luận: chẳng qua cái ngã con người vô cùng lớn và tôi tự bảo tôi phải cẩn thận hơn trong lời nói của mình khi lỡ chỉ trích người khác.

Con bé 6 tuổi đã cho tôi một bài học thật quý báu.

Xin tạm ngừng đây và xin chúc bạn hiền và quý Thầy Cô một năm mới an khang thịnh vượng.

(viết cuối năm con cọp 2010)

(*) Đại khái có nhiều huyền thuyết khác nhau, tôi thì

thích nhất huyền thuyết này "Ngày xưa có hai vợ chồng nghèo đến nỗi phải bỏ nhau. Sau, người vợ lấy được người chồng khác giàu có. Một hôm cúng, đang đốt vàng mã ngoài sân, vô tình người chồng trước vào xin ăn, vợ nhận ra, động lòng thương cảm, đem cơm gạo tiền bạc ra cho. Người chồng sau biết chuyện, người vợ bèn lao đầu vào đống vàng cháy chết thiêu. Người chồng cũ cảm kích nhảy vào lửa chết theo. Chồng sau vì thương, nên cũng nhảy vào nốt. Cả ba đều chết cháy. Ngọc Hoàng thấy ba người có nghĩa, phong làm vua bếp"

THƯ CỦA MỘT NGƯỜI BẠN GÁI TỪ TRONG NƯỚCGỬI CHO MỘT VIỆT KIỀU CANAĐA (*)

Anh thân thương và yêu quí nhất của đời em,

Từ ngày anh lên đường về lại Canađa, em cứ như người mất hồn. Không ngày nào là em không rà soát điện thư để tiếp cận những lời lẽ yêu thương của anh. Anh biết không, từ ngày gặp anh, đời sống em đã bắt đầu khởi sắc. Mặt mày tươi rói của em đã được hiển thị và các bạn em ở chỗ làm vẫn luôn trêu chọc em. Họ nói,

"Con Vân dạo này chảnh lắm chúng mày ạ; từ ngày nó chộp được ông Việt kiều Canađa, mặt nó cứ vênh lên táo tợn."

Riêng em, mặc dù em rất hưng phấn với những lời khen cũng như rất bức xúc với những lời trêu chọc của bạn bè, em cũng luôn tranh thủ để giữ tình bạn được lâu dài và em luôn cực kỳ bố ráp(*) để lúc nào cũng vô tư, không bị mang tiếng, và nhất là không phụ lòng tin yêu của anh.

Anh ạ, từ khi hay tin anh cập nhật việc đăng ký để xin quản lý đời em, em hạnh phúc vô cùng. Ngày nào em cũng năng nổ lên bộ nội vụ để nắm bắt những tin tức mới nhất, theo dõi đơn đăng ký đoàn tụ của chúng mình mà em đã nộp phần đơn của em bên phía Việt Nam, như anh biết, thấm thoát đã hơn tháng nay. Anh đừng lo lắng quá mà đâm ra già đi anh nhé, vì ở đây em quán triệt được hết những sự cố và em luôn có những phong bì phóng ra đúng chỗ đúng lúc để đơn đăng ký của em không có vấn nạn và cũng là để các ngài trong bộ nội vụ xử lý đẹp đẽ chuyện đoàn tụ của hai chúng mình. Họ còn đảm bảo với em là đơn xin của em sẽ được phê duyệt nhanh chóng và họ còn thanh lý với em là đơn đó rất đầy đủ. Khi nào có giấy phép của Bộ Nội vụ em sẽ báo cáo cho anh biết ngay và em sẽ khẩn trương đăng ký xin hộ chiếu và sau đó xin thị thực, khi em có hộ chiếu, với đại sứ quán Canađa. Em có một con bạn thân bảo sẽ giúp em và sẽ giới thiệu em với một quan chức người Việt làm ở đại sứ quán Canađa.

Em chắc chắn với một hay hai phong bì theo thủ tục đầu tiên đi kèm với đơn đăng ký, đơn em sẽ được bảo quản nghiêm túc.

Mấy hôm nay trời Hà Nội mây nhiều và những cơn mưa lũ đầu mùa đã làm ngập lụt nhiều nơi ở Hà Nội. Ai nói Hà Nội mùa này vắng những cơn mưa anh nhỉ.

Căn hộ của em ở với bố mẹ em may mắn không bị nước ngập. Có những căn hộ ở đầu phố rất hoành tráng đã bị nước lũ vào nhà. Ủy Ban Nhân Dân huyện đã cho người đến quét dọn vì nghe nói các căn hộ lộng lẫy đó là của các ngài trong Bộ Chính Trị Trung Ương. Hôm nọ em có ngừng lại xem những dinh thự ấy và em quá ấn tượng. Em nghĩ ngày nào anh bán được căn hộ của anh ở Canađa, chúng mình chắc cũng sẽ mua được một dinh thự như thế anh ạ. Các anh cán bộ huyện đang hồ hởi làm việc ở đó cũng có lý giải với em về tình huống khẩn cấp khi nước lũ ngập cao, gây rất nhiều sự cố và vấn nạn giao thông ở Hà Nội. Những cơn mưa đột xuất làm sáo trộn hẳn đời sống người dân. Em nghĩ anh ở Canađa chắc không có những cú sốc tương tợ. Lý do là vì nước lũ thì quá tải mà việc làm giải phóng mặt bằng của đội ngũ công nhân đã không được triển khai và thực thi kịp lúc. Các ngài viên chức chính phủ mồm thì lúc nào cũng đầy quy hoạch nhưng làm việc thì quy trình rất tệ, không có phương án nào đứng đắn cả anh ạ. Cũng may là theo dự báo thời tiết của trung tâm dự báo khí tượng thủy văn trung ương, những ngày tới sẽ bớt mưa nhưng sẽ có gió cấp 3 có thể đưa đến lũ quét và sạt lở đất, về đêm thì thỉnh thoảng có mưa rào và có dông anh ạ.

Ban ngày mùa này Hà Nội nóng lắm anh biết không, đường xá xe cộ cứ bị ùn tắc luôn. Hiện tượng ùn tắc giao thông ở Hà Nội không phải bây giờ mới có anh ạ. Ngay từ thế kỷ trước, bố em kể lại là đã có các sự cố ùn tắc giao thông tại Hà Nội… Nguyên nhân chính là do cơ sở hạ tầng về giao thông vận tải của nước ta còn yếu lắm, thứ hai là tính làm càng của người dân trong việc chấp hành các quy định của pháp luật về trật tự và an toàn giao thông. Một nguyên nhân khác là quy hoạch giao thông chưa được quan tâm và triển khai đúng mức, chính quyền địa phương thì lúc nào cũng lúng ta lúng túng trong việc phân luồng, phân tuyến.

Sự gia tăng số lượng xe máy nổ hai bánh và hiện tượng dân số ngày mỗi tăng đã làm trầm trọng thêm tình trạng ùn tắc… Nguồn: Zing.vn

Em kể cho anh thêm một ví dụ nhé: ví dụ như sự thay đổi chiều hoặc hướng đi một chiều tại các đường trong thành phố Hà Nội đã làm đảo lộn thói quen đi lại của người dân. Và ngay khi cho phép triển khai các công trình giao thông, nhà nước cũng không tính đến hậu quả của việc thay đổi luồng, tuyến. Em thêm một ví dụ nữa này anh: trong khi nút các ngã tư chính chưa được hoàn tất, nhà nước lại cho phép thi công hầm đường bộ tại ngã tư Kim Liên, làm giảm đi rất nhiều khả năng đi lại qua các ngã tư này. Vì thế, việc ùn tắc giao thông là điều tất yếu và hầu như ngày nào dân Hà Nội cũng phải sống qua cái vấn nạn này. Đó là em quên chưa nói với anh về thói quen coi trời bằng vung của dân Hà Nội như là đi xe lấn tuyến hoặc đi xe trên vỉa hè gây ra tình trạng tai nạn và ùn tắc giao thông. Sự gia tăng số lượng xe máy nổ hai bánh và hiện tượng dân số ngày mỗi tăng đã làm trầm trọng thêm tình trạng ùn tắc và tai nạn giao thông của Hà Nội hiện nay.

Em nghĩ không có phương án nào cứu chữa được anh ạ. Chỉ có Trời kíu (cứu) thôi anh ơi, đó là em nhại theo một câu thơ hình như của Nguyễn Bính đấy(**).

Tuy nhiên, nếu em mà được làm bộ trưởng bộ giao thông, em sẽ đề xuất rất nhiều giải pháp mà giải pháp chính phải là xử phạt nghiêm minh các vi phạm pháp luật về trật tự an toàn giao thông. Và theo em, thêm vào đó, nhà nước cũng cần phải xử lý nghiêm khắc những cán bộ, những chiến sĩ công an đã thực hiện không đúng quy định của pháp luật trong quá trình thực thi công việc hoặc can thiệp trái pháp luật vào việc xử lý các vấn nạn giao thông và nếu em có quyền em sẽ loại ngũ và khởi tố tất cả những đối tượng nhận tiền hối lộ khi thực hiện công vụ.

Các đối tượng cướp giật bị bắt giữ đa phần là những thanh niên trẻ từ nông thôn đến. Nguồn: baomoi.com

Đó là em chưa nói với anh về tình trạng cướp giật hiện nay ở Hà Nội. Những đối tượng cướp giật bị bắt giữ đa phần là những thanh niên trẻ từ nông thôn đến. Họ tràn về thành phố để kiếm sống. Tình trạng đô thị hóa và nhất là tình trạng cưỡng chế đất gần đây nhất đã làm thu hẹp diện tích đất canh tác nông nghiệp rất nhiều. Sự cố này đã khiến nhiều nông dân phải di cư ra các thành phố lớn như Hà Nội tìm việc làm. Thêm vào đó, kinh tế nước ta đang gặp khó khăn, công nhân bị mất việc rất nhiều, rồi nào là lạm phát, giá cả tăng nên có rất nhiều thanh niên vì quá túng quẫn, quá "bần cùng" đã sinh ra "đạo tặc". Và anh biết không, một đặc điểm khác của các nhóm chuyên đi cướp giật là đa số có liên quan đến tệ nạn ma tuý, cờ bạc. Vấn đề trở nên nghiêm trọng hơn vì họ đã không còn niềm tin vào cuộc sống, tâm lý họ bây giờ là bất cần và họ suy nghĩ kiểu "không còn gì để mất". Một nhóm đối tượng khác "hành nghề" cướp giật là những kẻ chơi bài bạc trong đó có những tay đã từng có tiền án hoặc tiền sự mãn hạn tù.

Theo em pháp luật nước ta chưa đủ nghiêm nghĩa là còn quá lỏng lẻo khiến tệ nạn xã hội ngày càng bành trướng. Đó là em chưa kể đến lối sống hưởng thụ, vô cảm và thờ ơ của đa số dân cư đô thị ngày nay. Việc này khiến vấn nạn cướp giật có cơ hội lộng hành. Bọn trẻ ngày nay ngang nhiên lắm anh ạ, chúng nó ngang nhiên "tác nghiệp", coi trời bằng vung. Trong khi đó các ngài có quyền, có chức năng thì ngày càng giàu sụ anh ạ. Nước ta bây giờ đẻ ra rất nhiều tỉ phú và đại gia bên cạnh những người nghèo mạt rệp cùng đinh. Chính cái hố ngăn cách lớn giữa người giàu và người nghèo này sẽ làm trầm trọng thêm những tệ nạn xã hội của nước ta.

Em nghĩ đến thân phận quê hương mình mà buồn ghê. Có lúc em chỉ muốn được đi thật nhanh và thoát ra khỏi cái xứ khốn khổ này.

Thôi thư em đã dài, em xin ngừng đây anh nhé và gửi đến anh yêu một ngàn nụ hôn nồng cháy, phản ánh tình yêu nồng nàn của em.

Em, Vân, người yêu của anh.

(*) Tác giả Nguyễn Duy Vinh là cựu học sinh Nguyễn Trãi Sài Gòn, đã sống xa tổ quốc lâu năm đang tập tành học tiếng Việt (sau 1975), sử dụng những từ ngữ mới và viết phỏng theo các tin tức hiện nay trong nước.

NHỮNG VẤN ĐỀ BIỂN ĐÔNG (PHẦN 1)

Phần 1: Nhân đọc bài của Giáo Sư Nguyễn Ngọc Bích viết trước khi ông mất

Giáo sư Nguyễn Ngọc Bích đột ngột qua đời lúc 12 giờ sáng ngày 3/3 (giờ miền đông Hoa Kỳ) khi đang trên chuyến bay tới thủ đô Philippines tham dự một hội nghị cổ suý cho chủ quyền Việt Nam ở Biển Đông. Trước khi lên đường GS Nguyễn Ngọc Bích (NNB) có gửi bài viết bằng tiếng Anh của mình cho tờ Viet-Studies [1] mà tôi đã đọc và cố gắng ghi lại đây những điều tôi hiểu bằng tiếng Việt. Giáo Sư NNB dùng chữ "fallacies" mà tôi tạm dịch là "những ngụy biện" của Trung Quốc về biển Đông Nam Á. Giáo Sư nói về 5 ngụy biện của Trung Quốc và tôi xin tuần tự trình bày dưới đây.

Ngụy biện thứ nhất của Trung Quốc: Không có một bản đồ Trung Quốc (TQ) nào cho thấy chủ quyền của TQ trên các đảo ở biển Đông ngoài đảo Hải Nam, trừ những bản đồ TQ tạo dựng sau này trong thế kỷ 20.

Ngày nay, nhờ vào những sách vở và công trình nghiên cứu của các nhà sử học, các nhà khảo cổ học, các khoa học gia phiêu lưu thám hiểm về vùng Đông Nam Á, khắp nơi trên thế giới người ta đều biết là phần lớn những bản đồ cũ của TQ còn lưu lại từ đời nhà Thanh cho đến năm 1909 đều ghi rõ là biên thùy xa nhất của TQ về phía Nam dừng lại ở đảo Hải Nam. Trong khi đó những bản đồ cũ của Âu Châu còn lưu lại từ thế kỷ 16, 17 đều gọi "biển Nam Hải" là biển Champa. Chủ quyền của Việt Nam đã thay thế sự bành trướng của dân tộc Chàm vào cuối thế kỷ 15 và vào thế kỷ 17, các hải đội Việt Nam (VN) đã thường xuyên đưa thuyền ra đóng ở các đảo của biển được gọi là biển Đông. Các hải đội này thâu nhặt đem về nhiều thứ gồm có nào là hải sản hoặc các đồ vật tìm được trong những kiện hàng bỏ lại từ những tàu bị đắm. Trong Phủ Biên Tạp Lục do chí sĩ Lê Quý Đôn (1726-1784) biên soạn, ông đã mô tả chi tiết các vùng lãnh thổ của nhà Nguyễn ở Thuận Hóa và các tỉnh Quảng Nam như trích đoạn dưới đây:

"Phủ Quảng Ngãi, huyện Bình Sơn, có xã An Vĩnh ở gần biển, ngoài biển về phía Đông Bắc có nhiều cù lao, các núi linh tinh hơn 130 ngọn, cách nhau bằng biển, từ hòn này sang hòn kia hoặc đi một ngày hoặc vài canh thì đến. Trên núi có chỗ có suối nước ngọt. Trong đảo có bãi cát vàng dài, ước hơn 30 dặm, bằng phẳng rộng lớn, nước trong suốt đáy. Bên đảo có vô số yến sào, các thứ chim có hàng nghìn hàng vạn, thấy người thì đậu vòng quanh không tránh. Bên bãi vật lạ rất nhiều. Ốc vân thì có ốc tai voi to như chiếc chiếu, bụng có hạt to bằng đầu ngón tay, sắc đục, không như ngọc trai, cái vỏ có thể đẽo làm tấm bài được, lại có thể nung vôi xây nhà; có ốc xà cừ, để khảm đồ dùng; lại có ốc hương. Các thứ ốc đều có thể muối và nấu ăn được. Đồi mồi thì rất lớn. Có con hải ba, tục gọi là trắng bông, giống đồi mồi mà nhỏ, vỏ mỏng có thể khảm đồ dùng, trứng bằng đầu ngón tay cái, muối ăn được. Có hải sâm, tục gọi là con đột đột,

bơi lội ở bên bãi, lấy về dùng vôi xát qua, bỏ ruột phơi khô, lúc ăn thì ngâm nước, cua đồng cạo sạch đi, nấu với tôm và thịt lợn càng tốt.

Các thuyền ngoại phiên bị bão thường đậu ở đảo này. Trước họ Nguyễn đặt đội Hoàng Sa 70 suất, lấy người xã An Vĩnh sung vào, cắt phiên mỗi năm cứ tháng 2 nhận giấy sai đi, mang lương đủ ăn 6 tháng, đi bằng 5 chiếc thuyền câu nhỏ, ra biển 3 ngày 3 đêm thì đến đảo ấy. Ở đấy tha hồ bắt chim bắt cá mà ăn. Lấy được hóa vật của tàu, như là gươm ngựa, hoa bạc, tiền bạc, hòn bạc, đồ đồng, khối thiếc, khối chì, súng, ngà voi, sáp ong, đồ sứ, đồ chiên, cùng là kiếm lượm vỏ đồi mồi, vỏ hải ba, hải sâm hột ốc vân rất nhiều. Đến kỳ tháng 08 thì về, vào cửa Eo, đến thành Phú Xuân [tức là Huế sau này] để nộp, cân và định hạng xong mới cho đem bán riêng ra các thứ ốc vân, hải ba, hải sâm, rồi lĩnh bằng trở về"…

"Họ Nguyễn lại đặt đội Bắc Hải, không định bao nhiêu suất, hoặc người thôn Tứ Chính ở Bình Thuận, hoặc người xã Cảnh Dương, ai tình nguyện đi thì cấp giấy sai đi, miễn cho tiền sưu cùng các tiền tuần đò, cho đi thuyền câu nhỏ ra các xứ Bắc Hải, cù lao Côn Lôn và các đảo ở Hà Tiên, tìm lượm vật của tàu và các thứ đồi mồi, hải ba, bào ngư, hải sâm, cũng sai các đội Hoàng Sa kiêm quản. Chẳng qua là lấy các thứ hải vật, còn vàng bạc của quí ít khi lấy được."

Như vậy thật rõ ràng theo Phủ Biên Tạp Lục là từ thế kỷ 17, người Việt Nam đã có tổ chức hải thuyền thường xuyên (hàng năm) khai thác quần đảo Hoàng Sa (Hoàng Sa hay Bãi Cát Vàng cho người Việt, Xisha cho người TQ) và một phần của quần đảo Trường Sa, một văn bản lịch sử không có một tài liệu nào của TQ có thể so bì kịp. Rồi còn hàng trăm bản đồ lịch sử còn lưu lại ở Âu Châu trong những thế kỷ 17 đến 20 dẫn chứng rõ rệt là Hoàng Sa (và đôi khi Trường Sa) thuộc về triều đình Việt Nam, còn được gọi là Cochinchine (hay Đằng Trong theo tiếng Việt) và vào thế kỷ 19 thì được gọi là vương quốc An Nam (Empire d'Annam) – và đây, một lần nữa, là những chứng cứ mà không sách vở lịch sử TQ nào sánh kịp.

Thật thế, năm 1816 hoàng đế Gia Long của VN đã thân chinh ra thăm viếng Hoàng Sa để đánh dấu chủ quyền của VN và năm 1836, vua Minh Mạng, người kế vì vua Gia Long, đã ra lệnh cho lập địa đồ Hoàng Sa và được ghi chú là một quần đảo của vương quốc Đại Việt (theo Đại Nam Nhất Thống Toàn Độ, năm 1838, được hoàn thành bởi Quốc Sử Quan).

Trong quyển từ điển Nam Việt Dương Hợp Tự Vị của ông J.L. Taberd (một tu sĩ của Giáo Sứ Lyon, Pháp, 1794-1840) in năm 1838 tại Serampore (Ấn Độ), một bản đồ mang tên An Nam Đại Quốc Họa Đồ cũng ghi quần đảo Hoàng Sa thuộc về Việt Nam (hình do tác giả bài viết này tìm được trên mạng, cắt gọn và dán kèm vào bài dưới đây).

Ngụy biện thứ hai của Trung Quốc: TQ đã từng khước từ chủ quyền về quần đảo Hoàng Sa trong quá khứ

Bà Monique Chemillier-Gendreau, một nhà nghiên cứu về Á Châu và về những yêu sách chủ quyền các đảo Hoàng Sa và Trường Sa của TQ và của VN, vừa là chuyên gia pháp lý vừa là giáo sư đại học, đã viết như thế này về những lập luận của TQ: "Hiện nay, không có một chứng cớ hay dấu vết nào của TQ chứng tỏ TQ đã phản đối những tuyên bố của vua Gia Long và những vua triều Nguyễn kế vì vua Gia Long, từ suốt thế kỷ thứ 18 và nhất là trong suốt thế kỷ 19 khi các vua triều Nguyễn tổ chức việc quản trị cũng như việc khai thác các đảo nằm trong quyền tài phán của triều đình Việt Nam" (trong quyển "La souveraineté sur les archipels Paracels et Spratleys", Paris, l'Harmatan, 1996).

Hơn cả thế, tài liệu lịch sử TQ lại còn xác nhận chủ quyền VN trên các đảo này. Tờ Haiguo tuzhi (bản đồ và biên khảo về các nước thuộc vùng biển, năm 1730) đã viết "Vạn Lý Trường Sa là một bãi cát dài nổi lên giữa biển. Bề dài khoảng ngàn dặm và được dùng như một hàng rào vây chắn cho biên thùy vương quốc An Nam".

Ngài Shi Dashan (Thích Đại Sán), một tu sĩ TQ được mời sang giảng dạy trong triều thời Chúa Nguyễn Phước Chu (1691-1725) vào cuối thế kỷ 17 cũng đã viết trong hồi ký của mình: "Những cồn cát nằm thoai thoải dọc bờ biển chạy dài từ Đông Bắc xuống Tây Nam với những hang động dựng đứng như những bức tường và những bãi biển nằm ngang cùng mặt nước, cát khô cứng rắn như sắt mà thuyền nào không may đập vào sẽ vỡ tan thành từng mảnh. Dãi cát đó rộng trải dài trên cả trăm dặm với bề dài thên thang mà vì vậy người ta gọi nó là Vạn Lý Trường Sa, và người ta không thể nhìn thấy cây cỏ hay sự hiện diện của cư dân với tầm mắt của mình ..... Vào đời chúa nhà Nguyễn cuối cùng (Nguyễn Phước Trần, 1687-1691), mỗi năm các thuyền đánh cá được phép đi dọc theo bãi cát dài để thu nhặt vàng, bạc và các thứ đồ vật khác từ những thuyền bị đắm vì đập vào những bãi này." (Thích Đại Sán, Hải Ngoại Ký Sự, được dịch sang tiếng Việt bởi tác giả Cheng Ching-ho, Đại Học Huế, 1963).

Nhưng cái bằng chứng đanh thép nhất để chứng minh rằng TQ luôn khẳng định là Hoàng Sa là của Việt Nam là sự kiện của những chiếc tàu của những công ty Âu Tây bị đắm ở Hoàng Sa, chủ nhân của những công ty này đòi chính quyền Quảng Đông bồi thường và được trả lời là những đảo này không thuộc chủ quyền TQ mà là thuộc chủ quyền của triều Nguyễn ở Việt Nam.

Ngụy biện thứ ba: những yêu sách giả dối của TQ trong thế kỷ 20

Nhiều học giả TQ tuyên bố là thị trưởng Quảng Đông, ông Zhang Yen-jun, đã cho một tiểu đội hải quân ra đảo Hoàng Sa năm 1909 và ở đây 3 tuần để đòi chủ quyền đảo này cho TQ. Nhưng sự thực thì tiểu đội này đến Hải Nam và dừng lại đây 2 tuần, và cuối cùng họ ra Hoàng Sa ngày 06 tháng 06 và quay về lại Quảng Đông ngày hôm sau. Đây rõ ràng không phải là một khiếu nại đứng đắn của TQ.

Một cuộc thám hiểm khác của TQ nghe nói xảy ra năm 1902 để lại những mốc dấu (markers) mà TQ hô lên là "không thể tranh cãi" đã được tìm ra vài năm sau vào thập niên 1970 trên đảo. Một nhà nghiên cứu người Pháp của viện nghiên cứu IRASEC (Institut de Recherche sur l'Asie du Sud-Est Contemporaine, Bangkok, Thái Lan), ông François Xavier Bonnet, đã đưa ra bằng chứng gian dối của TQ trong bài nói chuyện của ông ở Manila trong hội nghị về biển Đông (tháng 03 năm 2014). Ông nói TQ đã chỉ huy một cuộc đổ bộ bí mật ra đảo Hoàng Sa dưới sự lãnh đạo của Huang Qiang vào tháng 06 năm 1937 để chôn dấu những mốc dấu (markers) có khắc năm 1902, 1912 và 1921 trên nhiều đảo của vùng quần đảo Hoàng Sa. Đây rõ ràng cho thấy cách TQ ngụy tạo những "bằng chứng" về chủ quyền trên đảo Hoàng Sa, vào thế kỷ 20!

Ngụy biện thứ tư: chính là những tên đảo do TQ đặt

Người đã đưa ra những bằng chứng hùng hồn nhất về những sự dối trá của TQ về chủ quyền biển Đông là ông Bill Hayton trong quyển sách ông viết và xuất bản năm 2014 ("The South China Sea – The Struggle for Power in Asia" , Đại Học Yale, USA). Trong quyển sách này ông Hayton cho biết là trong những năm Pháp đô hộ VN, Pháp đã thu nạp 6 đảo trong quần đảo Trường Sa vào tháng 07 năm 1933, mặc dù bị phản đối từ phía TQ. Như tờ báo Shenbao thuật lại, vào lúc đó, ông lãnh sự TQ ở Manila, ông K.L.Kwang, không biết những đảo này nằm đâu trong khi TQ đưa ra yêu sách đòi chủ quyền những đảo này. Ông lãnh sự này đã đi gặp người đại diện Hoa-Kỳ ở Manila để hỏi về những đảo này thuộc quần đảo Trường

Sa. Sau khi biết được là những đảo này không thuộc về Hoàng Sa, chính quyền Nam Kinh (tức là TQ) đã quyết định hủy bỏ những yêu cầu chính thức của mình.

Trong cuộc họp ở Manila năm 2014 về biển Đông, ông Bill Hayton có nói đến một chuyện khá ngộ nghĩnh về tên của những đảo bằng tiếng TQ của các quần đảo Hoàng Sa và Trường Sa. Vào năm 1935, như lời ông Hayton tuyên bố trước hội nghị 2014, chính phủ quốc gia của ông Tưởng Giới Thạch ở Nam Kinh đã ra lệnh cho một nhóm nghiên cứu hoàn thành một bảng tên cho tất cả các đảo trên biển Đông. Cả thảy có 132 đảo, đá và bãi cạn trên biển Đông mà TQ nghĩ họ có thể đòi chủ quyền (vô tình hay cố ý, con số 132 đảo này lại khá gần với số 130 đảo mà chí sĩ Lê Quý Đôn đã viết đến vào năm 1777, cho thấy là cách đây 250 năm Việt Nam đã có sự khảo sát và hiểu biết tường tận về các đảo ở biển Đông). Cái mỉa mai nhất, theo ông Hayton, là cái nhóm nghiên cứu của TQ chưa bao giờ đặt chân tới biển Đông. Vấn đề họ đặt tên cho các đảo không cách nào không có sai xót. Và cho đa số các trường hợp, tên đặt bằng tiếng TQ hoàn toàn xa lạ với những tên đã có sẵn từ lâu vì những tên đặt đó toàn là những từ dịch từ những tên của các đảo bằng tiếng Anh hoặc những tiếng phiên âm. Tỉ dụ như North Danger thì họ dịch là Bei Xian (Bắc Hiểm theo tiếng Việt), Antelope Reef trở thành Linh Yang (Linh Dương) và Money Island thành Yin Dao (Kim Ngân đảo). Những việc làm lộ chân tướng sự giả mạo của TQ cho thấy tính cách nông cạn trong cái mà TQ gọi là chủ quyền lịch sử trên đảo Hoàng Sa, đó là chưa nói đến những đảo như Scarborough Reefs thuộc về Phi Luật Tân hay là đảo Trường Sa cách đảo Hải Nam đến tận 800 hải lý. Khi Hải Nam luôn được người TQ xem là biên thùy xa nhất của TQ về phương Nam.

Ngụy biện thứ năm: được phơi bày qua việc TQ dùng vũ lực chiếm đóng Hoàng Sa và một phần của Trường Sa, vụ cưỡng chiếm này đã bị Liên Hiệp Quốc lên án

TQ rất mưu mô tính toán trong việc tấn công Hoàng Sa vào tháng giêng năm 1974. Mặc dù lực lượng hải quân Việt Nam Cộng Hòa (VNCH) được gửi ra để chống trả cuộc tấn công của TQ không thích hợp với tình thế (hải quân Trung Cộng mạnh thế hơn rất nhiều), cuộc chiến đấu anh dũng của hải quân VNCH đã đánh đắm 2 tàu chiến TQ trong trận thủy chiến và một trong hai tàu bị đánh đắm này là tàu chỉ huy của TQ. Trận thủy chiến này đã đưa đến sự hy sinh của hạm trưởng Ngụy Văn Thà cùng 73 thủy thủ. 74 tử sĩ VNCH đã trở thành những anh hùng của nước VN, không những cho những người dân miền Nam mà còn cho cả những người trẻ và đa số dân của miền Bắc Cộng Sản.

Nhờ vào sự chiến đấu dũng cảm này, và mặc dù thua trận, 74 tử sĩ của trận thủy chiến Hoàng Sa, hơn bao giờ hết, đã bảo đảm và trưng bày với khắp thế giới về đòi hỏi chính đáng của VN về chủ quyền đảo Hoàng Sa, đảo bây giờ được coi như lãnh thổ bị chiếm đóng bởi TQ chứ không phải là một hòn đảo được lấy lại vì TQ luôn rêu rao coi nó là thuộc chủ quyền TQ.

Tác giả bài viết này chú thích thêm: một ngày sau cuộc tấn công Hoàng Sa bởi TQ, ngoại trưởng ngoại giao VNCH Vương Văn Bắc đã viết một công điện cho ông Kurt Waldheim (tổng thư ký LHQ) phản đối mãnh liệt cuộc tấn công quân sự của TQ ở đảo Hoàng Sa và khẳng định một lần nữa chủ quyền của VN trên quần đảo Hoàng Sa [2].

Tài liệu tham khảo:

[1] http://www.viet-studies.info/kinhte/NNBich_ChineseFallacies.pdf

[2] www.gio-o.com/ngobac.html

(Yaoundé một chiều mưa)

(còn tiếp Phần 2 trong bài tới)

NHỮNG VẤN ĐỀ BIỂN ĐÔNG
(PHẦN 2)

Tiếp theo **Phần 1: Nhân đọc bài của Giáo Sư Nguyễn Ngọc Bích viết trước khi ông mất**

Phần 2: Nhà cầm quyền Việt Nam phải có thái độ mạnh mẽ hơn trước những hành xử hung hăng của Trung Quốc

Trước hết phải xin nói ngay là tác giả bài viết không phải là luật sư mà cũng chẳng là một chuyên gia pháp lý nên chắc chắn sẽ không dám múa rìu qua mắt thợ. Bài viết này chỉ có một mục đích duy nhất là nói lên vài dữ kiện mà tác giả cảm thấy cần chia sẻ với cộng đồng trẻ trên mạng và cũng nhân tiện nói lên cái thấy và hiểu của mình về những diễn biến phức tạp và đầy thách đố về tình hình biển Đông.

Thách đố thứ nhất: từ ngày có UNCLOS, bãi đá chim … ỉa trở nên có giá nghìn vàng

Phần đất lồi của quần đảo Hoàng Sa và Trường Sa có diện tích tổng cộng không quá 15 km2. Ngày xưa hình như đã có một nhà lãnh đạo Việt Nam hay một nhà ngoại giao Việt Nam nào đó gọi những đảo đó là "những bãi đá chim ... ỉa". Ngày nay nếu được định nghĩa là "đảo" theo Công Ước Quốc Tế về Luật Biển (UNCLOS, xin xem bài [1] để hiểu về những từ dùng trong bài này), nước có chủ quyền những quần đảo này có thể đòi và được hưởng một vùng đặc quyền kinh tế quanh đảo (EEZ). Vùng này, theo UNCLOS, dài đến 200 hải lý đo từ đường cơ sở của đảo trở ra. Những bãi đá "chim ỉa" đó bỗng nhiên trở nên vô cùng quý giá. Những đảo đó không còn là những đảo nhỏ có đường cơ sở, nội thủy và lãnh hải 12 hải lý không thôi, nó còn được nới rộng đến 200 hải lý xung quanh.

Việc này cho thấy tầm quan trọng nắm được chủ quyền hai quần đảo Hoàng Sa và Trường Sa. Tầm ảnh hưởng vùng EEZ này là đầu mối của rất nhiều quan ngại, tranh cãi cũng như tranh chấp trên biển Đông. Chúng ta chỉ việc lấy bút vẽ từ đảo Tri Tôn (thuộc Hoàng Sa và gần bờ biển Việt Nam nhất) một khoanh tròn có bán kính 200 hải lý, chúng ta sẽ thấy là nếu TQ được tòa án quốc tế chính thức cho phép nắm chủ quyền Hoàng Sa, vùng đặc nhiệm kinh tế EEZ với 200 hải lý từ bờ biển Việt Nam đo ra, và thuộc về Việt Nam, sẽ bị bé đi như thế nào.

Cuộc tranh chấp chủ quyền Hoàng Sa thêm vào quyền EEZ của quần đảo này sẽ làm những nước chung quanh "nhức đầu" lắm, đó là chưa nói đến vấn đề chiến lược của quần đảo này. Và TQ thì chúng ta đều biết, họ đã ngày đêm ráo riết xây cất từ khi chiếm được hoàn toàn Hoàng Sa năm 1974. Hiện nay trên đảo Phú Lâm (Woody Island) thuộc quần đảo Hoàng Sa đã có một phi đạo lớn và dài 3000 m và gần đây nhất họ đã đem ra đó những giàn hỏa tiễn (hay tên lửa nói theo tiếng trong nước) địa không (solair) như hình chụp được bởi vệ tinh quốc tế ngày 17 tháng 02 năm nay:

Ảnh tác giả gửi tới

Thách đố thứ hai: hiệp ước Việt-Trung năm 2011

Trước những hành xử hung hăng và tiếp tục lì lợm của Trung Quốc (TQ) trên biển Đông, Việt Nam không thể khoanh tay ngồi im mãi.

Nhà cầm quyền CHXHCNVN hiện nay đang bị kẹt cứng bởi hiệp ước Việt-Trung mà cả hai nước đã cùng ký ngày 11 tháng 10 năm 2011. Hai nước "anh em xã hội chủ nghĩa" đã ký thỏa thuận với nhau trên 6 nguyên tắc:

1. Lấy quan hệ đại cục giữa 2 nước làm trọng, phương châm "láng giềng hữu nghị, hợp tác toàn diện, ổn định lâu dài, hướng tới tương lai", tinh thần "láng giềng tốt, bạn bè tốt, đồng chí tốt, đối tác tốt". Kiên trì thông qua hiệp thương hữu nghị, xử lý và giải quyết thỏa đáng vấn đề trên biển, phát triển quan hệ đối tác hợp tác chiến lược toàn diện VN-TQ.

2. Tôn trọng chứng cứ pháp lý, nỗ lực tìm kiếm giải pháp cơ bản và lâu dài.

3. Đàm phán vấn đề biển, hai bên nghiêm chỉnh tuân thủ thỏa thuận và nhận thức chung. Theo nguyên tắc DOC (Tuyên bố ứng xử của các bên biển Đông) đối với tranh chấp trên biển giữa VN-TQ, giải quyết thông qua đàm phán và hiệp thương hữu nghị.

4. Tôn trọng lẫn nhau, đối xử bình đẳng.

5. Tự tiệm tiến, dễ trước khó sau.

6. Tiến hành cuộc gặp gỡ định kỳ Trưởng đoàn đàm phán biên giới cấp Chính phủ một năm hai lần.

Sáu điểm rất là đẹp và cũng rất lý tưởng. Trên thực tế, những sự kiện xảy ra trên biển Đông sau ngày ký hiệp ước này (từ vụ giàn khoan HD-981 cho đến những vụ đánh phá tàu đánh cá và giết ngư dân Việt Nam gần đây nhất trong vùng EEZ của Việt Nam) cho thấy người bạn phương Bắc là một người bạn đểu. Việt Nam không thể tiếp tục đặt niềm tin vào cái hiệp ước này. TQ rõ ràng là một anh láng giềng xỏ lá.

Đứng trước một TQ vừa mạnh vừa hay bắt nạt đó, Việt Nam (VN) phải tìm cách bảo vệ chủ quyền và biển đảo của mình. Hiện nay VN hầu như không có đồng minh trong những tranh chấp trên biển Đông. Mà Việt Nam lại sợ TQ một phép nên không dám tỏ ra thân thiện với Mỹ.

Thách đố thứ ba: sự trì trệ yếu hèn của Việt Nam trước Trung Quốc

Ông Jonathan London trong bài viết mới đây [2] nói Việt Nam cần dũng cảm đối với Trung Quốc (TQ). Ông này đã nhìn thấy rõ ràng sự yếu hèn và trì trệ của nhà cầm quyền Việt Nam trước những hành xử bạo cường của TQ. Bài viết của ông rất thâm thuý mà tôi nghĩ các cấp lãnh đạo trong nước nên đọc. Trong những phương pháp ông London đưa ra, có đoạn này (chép lại dưới đây mà tôi muốn đào sâu thêm):

"Mặc dù Hà Nội không nên có những động thái kích động Bắc Kinh, nhưng họ cũng không nên e ngại làm những gì trong phạm vi chủ quyền của mình. Chẳng hạn như việc kiện TQ ra trước Toà Án Công Lý Quốc Tế hay Toà Án Hàng Hải Quốc Tế sẽ không phải là một hành động gây hấn, mà là việc chẳng đặng đừng vì cách hành xử phi pháp của Bắc Kinh đã không cho Việt Nam một lựa chọn nào khác.

Tôi rất tâm đắc với ông London về điểm này. Xin nói sơ về Tòa Án Quốc Tế ở đây. Tòa Án Quốc Tế được thành lập từ năm 1922 và mang nhiều tên gọi khác nhau theo thời gian: Tòa Án Trọng Tài Thường Trực (Permanent Court of Arbitration hay PCA), Tòa Án Thường Trực Công Lý Quốc Tế (Permanent Court of International Justice hay PCIJ), Tòa Án Công Lý Quốc Tế (International Court of Justice hay ICJ). Tên được dùng nhiều nhất ngày nay là ICJ. Các tòa chính thức nhận hồ sơ, thụ lý và giải quyết tranh chấp các vấn đề giữa các quốc gia thành viên, cũng như làm công tác cố vấn pháp luật cho **Đại Hội Đồng Liên Hiệp Quốc** và **Hội đồng Bảo an Liên Hiệp Quốc** và các ủy ban khác trực thuộc Liên Hiệp Quốc như đã ghi rõ trong **Hiến chương Liên Hiệp Quốc** từ năm **1946**. Tòa tọa lạc tại thành phố Den Haag (hay *La Haye* – tiếng Pháp), Hoà Lan.

Tòa Án Quốc Tế đã xử những vụ tranh chấp chủ quyền biển đảo từ năm 1928 (giữa Mỹ và Hòa Lan, sẽ nói thêm chi tiết dưới đây) và vụ gần đây nhất là vụ Phi Luật Tuân đưa Trung Quốc ra tòa trọng tài thường trực (PCA) với một hồ sơ kiện dầy 4000 trang hoàn tất vào ngày 30 tháng 03 năm 2014. Nghe đâu giữa tháng 07 sắp tới sẽ diễn ra tại La Haye những phiên xử đầu tiên về vụ tranh chấp này dù Trung Quốc tuyên bố không tham dự cũng như phản đối tính cách pháp lý của vụ kiện.

Thách đố thứ tư: sửa soạn hồ sơ cho vụ kiện Trung Quốc ra Tòa Án Quốc Tế

Việc sửa soạn hồ sơ này công phu lắm và phải bắt đầu ngay. Phải có một toán luật sư quốc tế giỏi lo thiết lập hồ sơ và đứng ra lo toàn vụ kiện tụng. Kiện đây là kiện đòi chủ quyền Hoàng Sa và Trường Sa cho Việt Nam.

Tác giả bài viết cũng muốn tản mạn thêm ở đây về những vụ kiện đã xảy ra trong quá khứ, tuy không phải là một chuyên gia pháp lý. Đa số những vụ kiện về lãnh thổ và lãnh hải đều có thể tìm được trên mạng, nếu có thì giờ các bạn có thể tìm đọc bài viết của ông Brian Taylor Sumner [3] rất xúc tích. Đọc qua những ***case studies*** (khảo sát) về những vụ kiện [6], tác giả bài viết ghi lại được cả thảy 5 tiêu chuẩn quan trọng mà các quan tòa đã dựa vào để đi đến phán quyết cuối cùng:

1. Hiệp Ước hay Công Ước quốc tế giữa các nước: nếu các nước đã ký với nhau những hiệp ước hay công ước được Liên Hiệp Quốc ủng hộ hay phê chuẩn, những hiệp

ước này sẽ có một ảnh hưởng lớn trong vụ kiện. Ví dụ như Hòa Ước giữa Mỹ và Tây Ban Nha ký năm 1898. Hòa Ước này cho phép Mỹ nắm chủ quyền các đảo Puerto Rico, đảo Guam và quần đảo Philippines. Ví dụ Hiệp Định Lausanne ký năm 1923 đưa đến việc thành lập các nước Jordan, Syria và Iraq sau khi vương quốc Ottoman bị thua trận sau đại chiến thứ nhất...

2. Uti Possidetis (dịch tạm là tiếp tục giữ cái gì đang có): đa số những nước bị đô hộ trong thời kỳ thuộc địa, sau khi nhà nước đô hộ ra đi, họ trả lại cho nước bị đô hộ biên giới lãnh thổ đã có sẵn. Như trường hợp Việt Nam, vấn đề đàm phán biên giới Việt-Trung đã phải dựa trên biên giới vạch ra từ hòa ước Pháp – Thanh. Dĩ nhiên trong cuộc đàm phán này, VN đã bị TQ lừa về vấn đề cột mốc và còn bị bắt nạt nữa và VN có thể đã mất hàng ngàn km2 trên biên giới Việt-Trung. Vụ Ải Nam Quan nay thuộc TQ cũng như thác Bản Giốc bị cắt đi phân nửa là một vài ví dụ về sự mất mát của Việt Nam sau cuộc đàm phán này. Các bạn trẻ trong nước nên tìm hiểu và học hỏi thêm để thấy tại sao chúng ta lại đàm phán thiệt thòi như thế, có bài của ông Trương Nhân Tuấn cũng đáng xem lắm [4].

3. Quản trị hữu hiệu: tôi dịch tạm từ chữ "effective control". Nếu dùng google để dịch chữ này thì sẽ được dịch là "kiểm soát hiệu quả" nhưng khi đọc sâu vào các chi tiết vụ kiện, hai chữ đó dính dấp đến việc quản trị nghiêm túc và hiệu quả với lãnh thổ (hay lãnh hải) mình đòi chủ quyền. Tỉ dụ đối với Hoàng Sa và Trường Sa, các quan tòa có thể đặt câu hỏi này: xin quý vị cho chúng tôi biết các nhà nước Việt Nam từ thời các vua triều Nguyễn

cho đến nay đã có những bằng chứng nào về việc tổ chức quản trị hữu hiệu những quần đảo này. Qua các vụ xử mà tôi sẽ lần lượt nói sơ đến dưới đây, tiêu chuẩn này có thể được xem là tiêu chuẩn quan trọng nhất đưa đến những phán quyết cuối cùng của Tòa Án.

4. Sự đồng thuận (acquiescence): chữ này tôi mượn của ông Trương Nhân Tuấn vì tôi không tìm được từ nào hay hơn. Khi mình làm lơ, im hơi lặng tiếng không phản đối về vụ chiếm đảo chẳng hạn, là mình có sự đồng thuận. Một câu hỏi xin nhờ các chuyên gia và học giả Việt Nam cho một câu trả lời (không dễ) là: khi Trung Cộng chiếm hết đảo Hoàng Sa năm 1974, chỉ có VNCH phản đối chính thức với LHQ trong khi VNDCCH thì im hơi lặng tiếng. Ngày nay CHXHCNVN là kế thừa của VNDCCH, vậy thì CHXHCNVN có bị quy vào tội "acquiescence" không đối với chủ quyền Hoàng Sa? Nhà nước CHXHCNVN luôn coi VNCH là "ngụy" thì có cách nào để được tư cách kế thừa VNCH? Tôi có đọc một số bài viết về vụ này nhưng chưa thấy một giải pháp nào đơn giản. Vấn đề lại càng khó khăn hơn vì thêm vào đó có công hàm 1956 của ông Phạm Văn Đồng.

5. Công Ước Quốc Tế về Luật Biển (UNCLOS): xin nhớ là UNCLOS chỉ cho ra những khuôn khổ cho việc thẩm định trong khi việc xác định chủ quyền thuộc về luật quốc tế, các bạn nào có thì giờ có thể nghiên cứu thêm về luật quốc tế với những tác phẩm của ông James Crawford xuất bản bởi đại học Oxford bên Anh.

Bây giờ mời các bạn xem những tóm tắt của tôi về

những *case studies*:

Vụ kiện giữa Mỹ và Hòa Lan về chủ quyền đảo Palmas, 1928:

Sau cuộc chiến Mỹ-Tây Ban Nha (TBN), Mỹ chiếm đóng Phi Luật Tân (PLT) và đòi chủ quyền đảo Palmas vì đảo này thuộc quần đảo PLT mà Mỹ là nước kế thừa sau hòa ước Paris năm 1898. Hòa Lan (HL) phản đối và đòi chủ quyền đảo này mà theo HL là một phần của các đảo miền Đông (Dutch East Indies) dưới quyền đô hộ của HL. Tòa Án Quốc Tế (PCA) xem hòa ước Mỹ-TBN không đủ tư cách pháp lý vì trong hòa ước này không có tên đảo Palmas và HL không là nước ký hòa ước này. Theo lịch sử thì HL có quản trị và kiểm soát đảo hữu hiệu, có cả cờ HL được cắm trên đảo từ năm 1700 và có thu thuế từ đó. Thêm vào đó TBN đã không phản đối HL về chủ quyền đảo Palmas khi TBN rút quân ra khỏi Molucca năm 1666. Không phản đối chủ quyền có nghĩa là đồng thuận (acquiescence). Ông chánh án Max Huber kết luận là HL tiếp tục có chủ quyền đảo Palmas vì đã gìn giữ quản lý ôn hòa đảo này trong một thời gian dài kể từ năm 1700. Mỹ thua.

Vụ kiện giữa Na Uy và Đan Mạch về chủ quyền Đông Greenland, 1933:

Năm 1933, TAQT (PCIJ) phán xét cuộc tranh chấp giữa Na Uy (NU) và Đan Mạch (ĐM) dành chủ quyền miền Đông của đảo Greenland. Theo hòa ước Kiel ký năm 1814 thì trên nguyên tắc Greenland thuộc về ĐM. Tuy nhiên TAQT (PCIJ) cũng khảo sát xem ĐM có tiếp tục quản lý tốt đời sống trên toàn đảo sau hiệp ước Kiel. TAQT định nghĩa việc quản lý "tốt" như sau: "ý định và thiện chí lãnh nhận chủ quyền và tiếp tục thực thi cũng như thể hiện chủ quuyền đó". TAQT xét lại tất cả những văn kiện ngoại giao và thương mại của ĐM trong suốt thời gian quản lý Greenland thì rõ ràng có chứng tích là những văn kiện này bao gồm cả vùng phía đông đảo Greenland [5]. Thêm vào đó lại có bằng chứng "acquiescence" phía NU qua bức thư trả lời của bộ trưởng bộ ngoại giao NU, ông Nils Claus Ihlen về chủ quyền trên toàn đảo Greenland vào ngày 22 tháng 07 năm 1919. PCIJ kết luận là chủ quyền Greenland hoàn toàn thuộc về Đan Mạch. Vụ xử này cho thấy việc quản lý và kiểm soát hữu hiệu đảo của một nước dành chủ quyền rất quan trọng trong phán quyết của tòa án.

Vụ kiện giữa Pháp và Anh về chủ quyền đảo Minquiers và Ecrehos, 1953:

Năm 1953, ICJ phán quyết chủ quyền của 2 nhóm đảo nhỏ Minquiers và Ecrehos. Hai nước tranh chấp là Anh và Pháp. Tòa đã dựa vào sự quản lý hữu hiệu để xác định chủ quyền. Và tòa đã xử có lợi cho Anh Quốc. Pháp đưa ra bằng chứng về công ước đánh cá và các phao đặt để giúp thuyền bè qua lại, Anh không phản đối, Pháp đưa lý do acquiescence. Nhưng những bằng chứng này chỉ có tác dụng trên biển và không đụng tới đảo nên tòa quyết định chủ quyền thuộc vế Anh.

Vụ kiện giữa El Salvador và Honduras về đất, đảo và biên giới đảo, 1992:

Ba đảo trong vụ tranh chấp này là 3 đảo nằm trong

vịnh Gulf of Fonseca: đảo El Tigre, đảo Meanguera và đảo Meanguerita. Tòa định dùng uti possidetis lúc đầu để định chủ quyền nhưng cách này không rõ ràng. Tòa xem những bằng chứng về quản trị hiệu quả trong thời gian hậu thuộc địa với Tây Ban Nha. Tòa cũng chấp nhận những bằng chứng về acquiescence và cuối cùng tòa quyết định trao chủ quyền đảo El Tigre cho Honduras (dựa trên tiêu chuẩn quản trị hữu hiệu) và trao chủ quyền hai đảo kia cho El Salvador.

Rồi tôi có thể tiếp tục kể thêm nhưng đến đây tôi thấy cũng khá tạm đủ, tôi cho tất cả những case studies đọc được [6] vào bảng dưới đây:

Vụ kiện giữa	Tranh chấp chủ quyền về	Ai thắng?	TAQT đã dựa vào	TAQT nào?
Eritrea và Yemen, 1996	đảo Red Sea (4 nhóm)	chia đôi	Quản trị hữu hiệu	PCA
Qatar và Bahrain, 2001	các đảo Hawar, Janan, Al Azm, Qit'at Jaradah	chia đôi	Uti possidetis và quản trị hữu hiệu	ICJ
Indonesia và Malaysia, 2002	đảo Pulau Ligitan và Pulau Sipadan	Mã Lai Á	Quản trị hữu hiệu	ICJ
Nicaragua và Honduras, 2007	lãnh thổ và lãnh hải vùng Caribbean Sea	Honduras	Quản trị hữu hiệu	ICJ
Nicaragua và Columbia, 2007	lãnh thổ và lãnh hải	Columbia	Quản trị hữu hiệu	ICJ
Malaysia và Singapore, 2008	các đảo Pedra Banca, Pulau Batu Puteh, Middlerocks, South Ledge	chia đôi	Quản trị hữu hiệu và uti possidetis	ICJ

Và tác giả bài viết xin ngừng tại đây và xin dán xuống đây một tấm hình tiêu biểu cho những tranh chấp hiện nay trên biển Đông Nam Á:

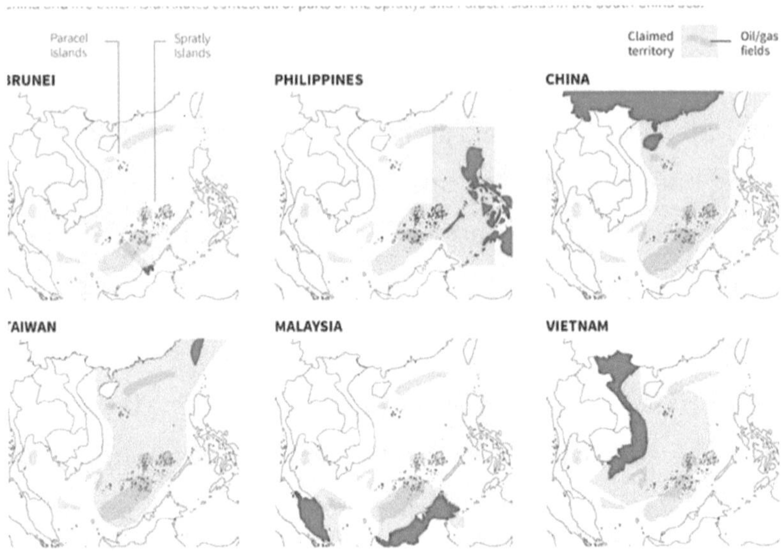

ources: U.S. Energy Information Administration, U.S. Department of State, Middlebury College, National Geographic

Tấm hình này cho thấy những yêu sách đòi chủ quyền của mỗi nước. Màu vàng trong vùng biển của mỗi nước là vùng đòi chủ quyền, một loại EEZ như theo đòi hỏi của Brunei. Đường lưỡi bò của TQ và Đài Loan cũng được thể hiện rất rõ. Chỉ cần chụp những đòi hỏi này lên cùng một bản đồ, chúng ta có thể mường tượng dễ dàng sự chồng chéo lên nhau của những yêu sách.

Thay lời cuối thì hiện nay Hoàng Sa đã bị TQ hoàn toàn chiếm đóng, riêng Trường Sa thì tôi mời độc giả xem bảng tóm tắt dưới đây:

Trung Quốc	Đánh chiếm 7 đảo đá. 1988 : đánh chiếm 6 đảo và đá : Chữ Thập, Châu Viên, Gạc Ma, Xu Bi, Tư Nghĩa, Gaven. 1995 : chiếm bãi đá Vành Khăn
Đài Loan	Chiếm đóng đảo Ba Đình năm 1956, cắm mốc bãi cạn Bàn Than năm 2005
Phi Luật Tân	Chiếm đóng 9 đảo : Song Tử Đông, Thị Tứ, Đảo Dừa, Loại Ta, Loại Ta Tây, Bình Nguyên, Vĩnh Viễn, Công Đo, Bãi cạn Cỏ Mây
Mã Lai	Chiếm đóng 7 đảo : Đá Suối Cát, Sắc Lốt, Hoa Lau, Kiên Ngựa, Kỳ Vân, Én Ca, Thám Hiểm
Brunei	Không có đảo nào nhưng luôn yêu sách vùng EEZ đi qua phía Nam quần đảo Trường Sa
Việt Nam	Giữ được 9 đảo nổi và 12 đá ngầm : Trường Sa, Trường Sa Đông, An Bang, Sinh Tồn Đông, Phan Vinh, Song Tử Tây, Nam Yết, Sinh Tồn, Sơn La

---

Tài liệu tham khảo:

[1] https://vi.wikipedia.org/wiki/V%C3%B-9ng_%C4%91%E1%BA%B7c_quy%E1%BB%81n_kinh_t%E1%BA%BF

[2] Việt Nam Cần Dũng Cảm Đối Với Trung Quốc

[3] TERRITORIAL DISPUTES AT THE INTERNATIONAL COURT OF JUSTICE

[4] Về bài viết "Ải Nam Quan và thác Bản Giốc được phân chia như thế nào" của TS Trần Công Trục

[5] Charles Cheney Hyde, American Journal of International Law, Oct 1933

[6] Jason S. Nakata, "Law on the rocks: international law and China's maritime disputes", Dec. 2014, M.Sc. Thesis, Naval Postgraduate School, Monterey, USA

(Douala, mùa mưa năm 2016)

CHỌN CÁ HAY CHỌN THÉP?

A. NHỮNG NGHI VẤN QUANH VỤ PHƠI BÀY SỰ VIỆC BỞI FORMOSA HÀ TĨNH NGÀY 30 THÁNG 06:

Khi nói đến những lò đốt quặng mỏ khổng lồ, người ta có thể mường tượng đến những bất trắc rủi ro (tiếng Việt mới bây giờ người trong nước hay dùng hai chữ "sự cố") rất lớn trong lúc chuyển vận các dung dịch sắt (chảy) nóng bỏng từ những lò đốt có nhiệt độ cao (1600 độ C) và các dung dịch xả thải. Ngoài ra còn phải kể đến những tấn quặng mỏ rắn được chuyên chở mỗi ngày bởi những xe vận tải lớn (loại xe 10 tấn hay xe ben) từ những bãi quặng sắt rắn đến thẳng lò nung hay đến những đoàn tàu xe lửa có bánh sắt (wagon) để được chở đến lò nung. Việc phòng ngừa tai nạn, việc bảo trì vật liệu và dụng cụ máy móc và việc cứu thương khẩn cấp là những nghiệp vụ rất quan trọng trong việc thiết bị một nhà máy công nghệ nặng như nhà máy luyện gang thép Formosa Hà Tĩnh.

Những hệ thống báo động khi rủi ro được phát hiện nằm trong chương trình thiết kế và hoàn bị của nhà máy là chuyện cần thiết không thể thiếu. Mỗi khi một bất trắc xảy ra (cả ngàn thứ có thể xảy ra như chất lỏng thép chảy ra ngoài tung tóe, nổ lớn khi dung dịch lỏng được đổ sang lò làm nguội, vật liệu hỏng, dụng cụ máy móc ngừng chạy, nhiệt độ lên cao hơn bình thường, có người bị thương cần cứu chữa khẩn cấp, điện tắt bất thình lình đưa đến những chuỗi rủi ro khác, nước hay ốc xi thất thoát hay vượt ngưỡng an ninh v.v...), hệ thống an ninh tự động lập tức báo động ầm ĩ (rung chuông hay còi hụ) và đồng thời tự động cho lệnh (qua những hệ thống tin học mà chữ nước ta gọi nôm na là phần mềm) đóng sầm những van (valves) ở những cửa tiếp liệu chiến lược để tránh cung cấp thêm những chất có thể làm trầm trọng thêm tình huống ở nhưng nơi đang có đổ vỡ xảy ra.

Thêm vào đó, những công nhân và những chuyên viên làm việc cho các nhà máy luyện thép, từ những phu khuân vác cho đến các bác tài lái những chiếc xe vận tải khổng lồ, từ những anh cán sự (technicians) đến những viên chức lo việc bảo trì và quan trắc (chữ mới trong nước, tiếng Anh là monitoring), từ những cai gác tuần hành đêm ngày đến những ông quản lý ngồi trong những văn phòng có máy lạnh, tất cả đều phải được thụ huấn và được dự thường xuyên những buổi học về vấn đề an ninh và an toàn nhà máy, về hệ thống bảo trì và về những điều phải làm khi có rủi ro quan trọng xảy ra. Một hệ thống bảo trì tốt và một hệ thống an ninh tự động có kỹ thuật cao và đã được thử nghiệm kỹ càng là hai yếu tố vô cùng quan trọng trong việc bảo đảm an toàn cho nhân viên cũng như cho việc giữ gìn công nghiệp tốt đẹp bền vững về lâu về dài của nhà máy [1].

Ngày 30 tháng 06, Formosa Hà Tĩnh thông báo lý do gây ra thảm họa môi trường trầm trọng ở Vũng Áng làm chết trên 250 cây số biển của 4 tỉnh miền Trung là do sự mất điện trong 5 ngày liên tiếp và việc các nhà thầu phụ làm việc có lỗi lầm ở nhà máy. Formosa Hà Tĩnh đã không cho biết một chi tiết khoa học nào về sự liên hệ giữa những lý do được công bố và sự tống phun chất độc qua ống ngầm. Vì muốn phun ra cả triệu lít dung lượng xả thải, chắc chắn phải nhờ vào các máy bơm chạy bằng điện bơm những dung dịch này sâu vào lòng biển Việt Nam qua một ống ngầm dài 1.7 km có đường kính rộng trên 1 mét. Những máy bơm khổng lồ này lấy điện từ đâu để chạy nếu có sự mất điện? Những lý do Formosa Hà Tĩnh đưa ra khiến tác giả bài viết này có những suy nghĩ và nghi vấn sau:

1. Cho là Formosa Hà Tĩnh nói thật: "Sự thật" này, nếu được kiểm chứng, là một bằng chứng hùng hồn cho thấy hệ thống báo động an ninh và an toàn tự động của Formosa Hà Tĩnh có vấn đề. Hệ thống phát hiện rủi ro của nhà máy Formosa Hà Tĩnh không an toàn và thiếu tính chủ động (fail-safe) để ngăn chặn kịp thời những chuỗi bất trắc khác có thể xảy ra (và đã xảy ra) sau đó.

2. Hoặc là Formosa Hà Tĩnh nói dối: Vụ thảm họa môi trường xảy ra là vì Formosa Hà Tĩnh đã cố tình xả thải bừa bãi vào biển vì họ biết nhà nước Việt Nam đang dễ dãi và dung túng họ và nhà nước này sẽ tìm mọi cách để bảo vệ họ. Tưởng tượng cả mấy triệu lít dung dịch xả thải cực độc mỗi ngày được phun ào ạt ra biển từ cái ống ngầm, trong 5 ngày liên tiếp, mà chẳng ai hay biết gì cả là một chuyện thật khó tin.

Và trước khi bàn tiếp về nguyên nhân cá chết, hãy tìm

hiểu thêm những rủi ro bất trắc gây ra bởi những độc tố thoát ra từ các nhà máy luyện thép. Có 3 loại độc tố: lỏng, rắn và khí. Về chất khí thì cũng nên kể đến những chất sau [1]:

a. Chất khí CO (mono ốc xít các bon): những lò đốt nóng luyện thép và nhất là lò đốt luyện than coke là những lò sản xuất chất khí CO nhiều nhất (chiếm khoảng 40% tổng số khí CO phát xuất từ nhà máy).

b. Bụi và khói độc: những tảng bụi khổng lồ và khói độc được phun ra trong không khí mỗi ngày như H2, CH4, CO, CO2, NH3, SO2, NO2, H2S, HF …

Những chất cực độc phát xuất trong quá trình luyện thép đọc được từ các bài tham khảo [1] và [2] cho thấy những chất thải độc chính như **xya-nua (CN), ammonium (NH4)** và **phenol** ***(C_6H_5OH)*** là 3 chất có mặt thường xuyên trong dung dịch xà thải của những lò luyện gang thép. Những kim loại nặng (heavy metals) dùng trong việc luyện thép cũng có mặt nhiều vô kể: cadimi (Cadmium), chì (Pb), kẽm (Zn), thủy ngân (Hg), Mangan, Ni ken, và Crôm (Cr).

Ở đây trong phạm vi bài viết này, tác giả bài viết xin không (dám) bàn đến việc chuyển đổi và khắc phục (tiếng trong nước là xử lý) những chất xả thải lỏng, rắn và khí cho nó bớt độc. Có thể sẽ có những chuyên gia về ngành này ở trong nước và ở hải ngoại viết những bài trong tương lai giúp chúng ta hiểu thêm về cách chuyển đổi và khắc phục những chất độc trước khi những chất này được phun vào thiên nhiên.

B. NHIỀU SỰ THẬT KHÁC ĐƯỢC PHANH PHUI SAU NGÀY CÁ CHẾT HÀNG LOẠT:

Các viên chức Bộ Tài Nguyên và Môi Trường (TNMT) giám sát và thẩm định cẩu thả những loại chất thải mà Formosa đã và tiếp tục đổ ồ ạt ra biển:

Nhờ vào việc làm nghiêm túc của các ký giả và phóng viên báo Lao Động, ngày 02 tháng 08 vừa qua người dân trong nước hiện nay bắt đầu biết được nhiều sự thật kinh hoàng. Qua những lời tuyên bố với phóng viên (nhóm PV) báo Lao Động của các ông Bùi Cách Tuyến (cựu Thứ trưởng phụ trách Tổng Cục Môi Trường), tiến sĩ (TS) Nguyễn Khắc Kinh (cựu Vụ trưởng Vụ Thẩm Định và Đánh giá tác động môi trường, còn được viết tắt là ĐTM theo các báo trong nước), việc đánh giá môi trường (ĐTM) của các viên chức Bộ TNMT có tính cách thiếu trung thực và đồng thời có sự lơ là (cố tình) của nhiều đoàn đi kiểm tra giám sát Formosa Hà Tĩnh từ năm 2007 lúc ông Mai Ái Trực còn làm Bộ trưởng Bộ TNMT. Theo các bài báo của nhóm PV Lao Động, trách nhiệm của Bộ TNMT trong vụ thảm họa môi trường Vũng Áng rất lớn vì bộ này đã ký chấp thuận cho phép Formosa Hà Tĩnh xả thải thẳng ra biển cũng như việc ký các văn bản đánh giá ĐTM. Chính TS Nguyễn Khắc Kinh đã tự khai là dù ông không tham gia hội đồng thẩm định, ông vẫn được ủy quyền ký bản đánh giá ĐTM hai tháng trước khi ông nghỉ hưu!

Gần đây nhất, khi bài viết này chưa ráo mực thì một sự thật khác đã được phanh phui và đăng trên anh-ba-sàm [3]. Tin nóng hổi này cho biết ông cựu Thứ trưởng Bộ TNMT Nguyễn Thái Lai, 20 ngày trước khi ông về hưu, đã ký văn bản cho phép Formosa Hà Tĩnh xả nước thải ra biển. Dưới đây là một đoạn của nguyên văn bản tin nóng hổi đăng trên trang Ba Sàm [3]:

"Theo giấy phép này, Formosa được xả nước thải sau xử lý từ hệ thống xử lý nước thải công suất 45.000m3/ngày đêm của Khu liên hợp gang thép và cảng Sơn Dương Formosa Hà Tĩnh. Nước thải sau xử lý được bơm và dẫn theo đường ống thép không gỉ ra đến đập quan trắc nước thải, sau đó chảy ra biển ven bờ vịnh Sơn Dương theo phương thức tự chảy, xả giữa dòng. Chế độ nước xả thải liên tục 24 giờ/ngày đêm. Có 2 vị trí quan trắc nguồn nước tiếp nhận tại vịnh Sơn Dương: Vị trí cách vị trí xả nước thải sau xử lý 250m về phía bờ và vị trí cách vị trí xả nước thải sau xử lý 250m ở ngoài khơi. Tần suất quan trắc 3 tháng/1 lần. Ngoài ra, Formosa cũng phải chịu kiểm tra, giám sát của cơ quan quản lý tài nguyên nước và môi trường ở Trung ương và địa phương; chuẩn bị nhân lực, trang bị các phương tiện, thiết bị cần thiết để sẵn sàng ứng phó, khắc phục sự cố gây ô nhiễm nguồn nước. Giấy phép này chính là căn cứ để sau này cả Bộ TNMT và Formosa Hà Tĩnh khẳng định là: "Đường ống xả thải ra biển của Formosa được cấp phép chứ không phải lắp đặt lén lút" (trả lời báo chí của Thứ trưởng Bộ TNMT Võ Tuấn Nhân bên lề cuộc họp của lãnh đạo 4 tỉnh miền Trung với liên Bộ NNPTNT, TNMT)."

Phát hiện chất thải độc của Formosa được chôn lấp trái phép nhiều nơi:

Phát hiện đầu tiên về việc chôn lấp các chất thải rắn có nguồn gốc từ nhà máy Formosa Hà Tĩnh làm cả nước xôn xao. Ngày 11 tháng 07, báo chí trong nước đưa tin lực lượng chức năng phát hiện khoảng 270 tấn (tức là 270000 kg) chất thải rắn từ Formosa đã được chôn lấp trái phép ngay trong khu vực trang trại của ông Lê Quang Hòa (Giám đốc Công ty Môi trường đô thị) ở thị xã Kỳ Anh. Vài ngày sau, theo báo Người Lao Động, lực lượng chức năng lại phát hiện thêm 2 địa điểm chôn lấp chất thải rắn khác của Công ty ông Lê Quang Hòa với số lượng 14 tấn (14000 kg) có nguồn gốc từ nhà máy Formosa. Rồi cứ như thế, nhà cháy và chuột tiếp tục chạy ra đầy đường, chất thải rắn của Formosa đã được vận chuyển từ Hà Tĩnh lên đến Phú Thọ! Ngày 16 tháng 07, Công ty Môi trường Phú Hà đã báo cáo Sở TNMT Phú Thọ về việc công ty này chôn lấp hơn 140 tấn chất thải nguy hại từ Formosa Hà Tĩnh. Rồi mới đây nhất, theo tin tức của Nguyễn Nhâm (Người Đưa Tin), công an tỉnh Đồng Nai đã phát giác một khối lượng khổng lồ lên đến hàng trăm tấn bùn thải nguy hại được vận chuyển từ Formosa Hà Tĩnh và đã được chôn lấp bởi Công ty Chin Well Fasterners tại Khu Công Nghiệp (KCN) Nhơn Trạch thuộc xã Hiệp Phước, huyện Nhơn Trạch, Đồng Nai.

Quy trình của Đảng Cộng Sản Việt Nam về Khu Công Nghiệp Vũng Áng đã dành rất nhiều ưu ái cho Formosa Hà Tĩnh:

Theo điều 04 của Hiến Pháp Việt Nam 2013, mọi việc điều hành công việc nước đều do sự lãnh đạo của đảng mà người đứng đầu có trách nhiệm cao nhất là ông Tổng Bí Thư (TBT). Khu Công Nghiệp (KCN) Vũng Áng ra đời dưới thời lãnh đạo của ông TBT Nông Đức Mạnh (2001-2011). Quy trình đại quy mô có tham vọng biến Vũng Áng thành một thành phố công nghiệp, du lịch và thương mại có tầm vóc quốc tế đã được thảo luận từ những năm 2008 và kéo dài đến ngày nay. Đây là một dự án rất lớn, có số vốn đầu tư hàng chục tỷ đô la USD, được xem là dự án FDI lớn nhất Việt Nam theo các báo trong nước. Hiện nay ông TBT Nguyễn Phú Trọng là người nối tiếp "giấc mơ" vĩ đại này. Và người thừa hành nhận lệnh đảng phân công không ai khác hơn là cựu Thủ Tướng Nguyễn Tấn Dũng (2006-2012), ông Dũng là người có trách nhiệm tối hậu trong việc cho phép Formosa Hà Tĩnh thuê đất 70 năm. Và người "có công" rất lớn trong quy trình đại quy mô Vũng Áng, trong việc đưa Formosa về Hà Tĩnh, không ai khác hơn là ông Võ Kim Cự, người đã từng là Trưởng Ban Quản Lý Khu Kinh Tế Vũng Áng. Năm 2014, ông Võ Kim Cự, lúc đó giữ chức Chủ Tịch UBND tỉnh Hà Tĩnh, vẫn còn nhắc đến Formosa với tất cả lòng biết ơn, theo như báo Tiền Phong ghi lại: *"một dự án cực kỳ lớn…chúng tôi có cơm ăn, có việc làm, có đường sá, có điện, có cảng nước sâu, có hạ tầng, thâm chí có cả dầu, không thua kém nơi nào…nhà nhà đua nhau mở quán cà phê, karaoke…nhiều nhà còn mua được 2 ô tô … như vậy Formosa tác động cực lớn…"*. Tất cả những văn bản và những quyết định cho phép Formosa đặt địa bàn nhà máy tại Vũng Áng đã được các chức năng UBND Hà Tĩnh ráo riết nhanh chóng phê chuẩn chấp thuận.

C. CHỌN CÁ HAY CHỌN THÉP?

Các độc giả đọc đến đây cũng đã hiểu và nhìn thấy là những nguyên nhân gây thảm họa môi trường Vũng Áng có sự liên hệ chằng chịt với nhau. Từ quy trình nhà nước cho dự án đại quy mô Vũng Áng cho đến việc mở cửa vội vàng mời Formosa vào nhà. Từ những thẩm định và đánh giá môi trường hời hợt của Bộ TNMT đến công nghiệp luyện gang thép thiếu an toàn của nhà máy Formosa Hà Tĩnh. Tất cả những điều này đều đóng góp tích cực vào tai nạn môi trường lớn nhất chưa từng có trong lịch sử Việt Nam.

Nhà nước Việt Nam, vì tham tiền và vì muốn ổn định kinh tế trong chiều hướng kinh tế thị trường, **đã quyết định chọn thép** và các viên chức nhà nước đã không đủ tài sức nhìn thấy tầm nguy hiểm của "quả bom nổ chậm" Formosa. Nhà nước đã đưa dự án Khu Công Nghiệp Vũng Áng vào Việt Nam thì nhà nước phải có trách nhiệm giải quyết (xử lý) nó đến nơi đến chốn. Ở đây người ta có thể tiên đoán rằng sẽ có những "con dê tế thần" được đem ra "trước máy chém" trong những ngày sắp tới để nhà nước phủi tay trốn tránh trách nhiệm. Và nhà nước có thể sẽ không bao giờ tống cổ Formosa Vũng Áng ra khỏi Việt Nam. Nếu việc này xảy đến thì đây đúng là một phép lạ.

Người dân sống ven biển Hà Tĩnh vì nghèo khó, vì thiếu học và vì thiếu tiếng nói, đã không được tham dự trực tiếp vào việc mời ông Formosa vào nhà. Họ cũng không biết gì về một quả bom môi trường nổ chậm cho đến khi nhìn thấy cá chết cả ngàn con trôi lềnh bềnh vào bãi biển ngày 06 tháng 04 năm 2016. Và vì miếng cơm manh áo lâu dài, đời này sang đời khác, nhờ vào việc bám biển mưu sinh, trước một thảm họa môi trường to tát đã xảy ra mà các độc tố sẽ tiếp tục hoành hành trong nhiều năm sắp tới, nếu được tham kiến, toàn thể ngư dân cũng như đa số người dân Việt Nam sẽ đồng thanh trả lời: **chúng tôi chọn cá!**

Ông Chu Xuân Phàm (một nhân viên Formosa Hà Tĩnh hình như đã bị Formosa cho nghỉ việc) có tuyên bố một câu rất táo bạo đã làm người dân trong nước nổi giận: "chọn cá hay chọn thép!". Câu này tuy làm nhiều người đau lòng nhưng nó cũng hàm chứa một ít sự thật nào đó. Nhà nước đã chọn thép, điều này là điều chắc chắn. Và quả bom đã nổ. Thép sắt đã loang lổ khắp nơi. Từ Phù Ninh (Phú Thọ) xuống đến các huyện Kỳ Anh, Cẩm Xuyên (Hà Tĩnh) và cuối cùng đến tận huyện Nhơn Trạch (Đồng Nai), chất độc Formosa đã được rải ra tung tóe khắp nơi. Rồi đến khi cá chết cả triệu con trôi lềnh bềnh vào bờ, trải dài trên 250 cây số bờ biển, một dãi đất quê hương của 4 tỉnh miền Trung bây giờ vắng bóng người qua, quả bom môi trường đã thành hiện thực. Thiệt hại cho ngư dân rất nặng nề. Nhà nước phải chịu trách nhiệm tối hậu cho cái quy trình do chính mình đặt ra, tham dự và điều hành đã đưa đến thảm họa môi trường ngày nay.

Như nhà văn Hoàng Quốc Hải đã kết luận thật chí lý trong bài đăng trên trang Ba Sàm mới đây [4]:

"Nếu muốn giữ cho mệnh nước trường tồn, phải giữ cho bằng được môi trường sinh thái biển trong lành và bình yên. Như vậy, chấp nhận Formosa tồn tại là điều không thích hợp. Vẫn chưa muộn, nếu ta phạt Formosa hành vi đầu độc môi trường, khởi kiện Formosa gây thảm họa môi trường, và cuối cùng là mời họ ra khỏi nước ta."

Riêng về nguyên nhân ngộ độc trực tiếp gây cá chết hàng loạt, hiện nay đã có ít nhất 2 bài viết khoa học và một giải thích ngắn. Giải thích ngắn đến từ các viên chức Bộ TNMT và VPCP với sự có mặt và những lời tuyên bố của Bộ trưởng Bộ TNMT Trần Hồng Hà cũng như Bộ trưởng Văn Phòng Chính Phủ (VPCP) Mai Tiến Dũng trong công bố chính thức ngày 30 tháng 06. Theo công bố này, nhà nước đã huy động trên 130 khoa học gia trong và ngoài nước trong việc thu thập dữ liệu và xác định nguồn thải cực độc đến từ khu vực Vũng Áng. Theo ông Mai Tiến Dũng, nguồn thải này chứa chất độc hỗn hợp gồm có **xya-nuya, phenol và sắt** có tỷ trọng lớn hơn nước biển được dòng hải lưu đưa từ Hà Tĩnh tới Thừa Thiên – Huế là nguyên nhân làm hải sản và sinh vật biển chết hàng loạt, nhất là tầng đáy biển. Công bố ngày 30 tháng 06 được báo Đất Việt [5] ghi lại như sau qua bài viết của kỹ sư Nguyễn Minh Quang [6] (hiện đang cư ngụ ở Hoa Kỳ) trong đó ông Quang đã có ghi chú thêm trong ngoặc các công thức hóa học của những chất phenol, xyanua và hydroxit sắt:

"Theo chỉ đạo, Bộ Khoa học và Công nghệ đã chủ trì, phối hợp với Viện Hàn lâm Khoa học và Công nghệ Việt Nam [HLKH&CN], các bộ ngành liên quan, huy động trên 100 chuyên gia, nhà khoa học đầu ngành từ 30 cơ quan trong và ngoài nước đã tổ chức thu thập, phân tích dữ liệu, có sự phản biện độc lập của các chuyên gia quốc tế, đã xác định có nguồn thải lớn xuất phát từ khu vực Vũng Áng, tỉnh Hà Tĩnh, chứa độc tố như phenol [C_6H_5OH], xyanua [cyanide (CN^-)],... kết hợp với hydroxit sắt [iron hydroxide ($Fe(OH)_2$)], tạo thành một dạng phức hỗn hợp (Mixel), có tỷ trọng lớn hơn nước biển, theo dòng hải lưu di chuyển theo hướng Bắc-Nam từ Hà Tĩnh đến Thừa Thiên- Huế là nguyên nhân làm hải sản và sinh vật biển chết hàng loạt, nhất là ở tầng đáy. Bộ Tài nguyên và Môi trường [TN&MT] đã chủ trì, phối hợp với các bộ ngành, địa phương

liên quan tổ chức rà soát các nguồn thải; thành lập Đoàn kiểm tra liên ngành về bảo vệ môi trường và tài nguyên nước với sự tham gia của các cán bộ, chuyên gia, nhà khoa học đầu ngành và đã phát hiện Công ty TNHH Gang thép Hưng Nghiệp Formosa Hà tĩnh (FHS) có một số hành vi vi phạm; xác định những sự cố xảy ra trong quá trình vận hành thử nghiệm của FHS đã dẫn đến nước thải từ Công ty xả ra biển có chứa các độc tố phenol, xyanua, hydroxit sắt vượt quá mức cho phép."

Riêng ông Nguyễn Minh Quang thì ông có cái nhìn khoa học khác [6]. Nghi ngờ về tính khoa học của những giải thích chính thức của nhà nước Việt Nam, ông Nguyễn Minh Quang dùng kết quả phân tích mẫu nước thu thập được ngày 15 tháng 04 ở Lăng Cô nơi đang có cá chết hàng loạt trôi vào bờ lúc bấy giờ để đi đến kết luận là:

"cả hai chất phenol và xyanua đều không được phát hiện trong tất cả các mẫu nước. Ngược lại, 5 trong 6 mẫu nước thu thập được có chứa ammonium (NH_4^-) cao hơn tiêu chuẩn nuôi trồng thủy sản và bảo tồn thủy sinh của Việt Nam là 0,1 milligrams per Liter (mg/L). Năm mẫu nước nầy có nồng độ từ 0,154 đến 0,416 mg/L. Với nồng độ NH_4^- nầy, cá biển có thể chết ngay lập tức vì nồng độ an toàn của ammonia/ammonium cho cá nước mặn là zero. Ammonia/ammonium làm cho các phiến mô của mang cá sưng lên và dính vào nhau khiến cho cá không thở được mà chết"

Và ông Quang đưa ra những đề nghị sau đây cho nhà nước Việt Nam:

Nguyên nhân cá chết hàng loạt ở miền Trung trong tháng 4/2016 do Chính phủ Việt Nam vừa công bố dường như không giải đáp thỏa đáng những gì đang được người dân mong đợi. Ngược lại, nó còn đặt ra nhiều nghi vấn về tính khoa học và mức độ chính xác của nguyên nhân do Chính phủ Việt Nam công bố. Để làm sáng tỏ những nghi vấn đó, Chính phủ Việt Nam nên cứu xét những việc sau đây:

1. *Công bố rộng rãi tất cả các tài liệu, hồ sơ, nghiên cứu, phản biện liên quan đến việc khẳng định nguyên nhân cá chết hàng loạt ở miền Trung, kể cả kết quả phân tích mẫu cá chết và nước dùng cho việc truy tìm nguyên nhân.*

2. *Duyệt xét lại giấy phép xả thải của Formosa để lấp tất cả "kẽ hở pháp luật," vì theo Bộ trưởng Trần Hồng Hà: "Có thể nói ta chưa tiên liệu được các chất thải của Formosa. Cái cần giám sát nhất là từ luyện cốc, cần có hệ thống kiểm soát đạt các tiêu chuẩn 52 nhưng đang trong giai đoạn thử, do đó chưa cơ quan nào được gọi vào, khi họ nói tôi đã vận hành thì mới vào.*

Đây là kẽ hở pháp luật. Ta chưa kiểm soát được, đáng ra phải đáp ứng tiêu chuẩn 52. Hệ thông quan trắc cũng chưa quan trắc được phenol, xyanua do pháp luật còn lỗ hổng, không có giám sát trong quá trình giám sát, thử nghiệm." Cách tốt nhất là nước thải từ Formosa nên được giữ lại ở hồ chứa tạm và chỉ được xả ra môi trường khi hội đủ tiêu chuẩn được ghi trong giấy phép qua kết quả phân tích.

3. *Công bố rộng rãi bản thảo giấy phép xả thải mới của Formosa để ghi nhận ý kiến của người dân và chuyên viên khoa học rồi điều chỉnh thích đáng, nếu cần, trước khi chính thức cấp phép cho Formosa.*

Mười tám ngày sau bài của ông Nguyễn Minh Quang, có bài của tiến sĩ (TS) Nguyễn Đức Thắng viết từ Hà Nội

[7] với một tựa đề khá "giật gân" là "Cần trả lại chân lý khoa học cho Kết luận về nguyên nhân cá chết". Theo TS Thắng thì cá không chết vì xyanua hay phenol mà thật sự theo ông, cá chết hàng loạt vì thiếu ốc xi (oxygène). Và ông Thắng giải thích sự thiếu oxy là do việc chuyển vận và khắc phục (xử lý) không thành công của 2500 m3 nước thải trong quá trình xúc rửa tẩy gì các hệ thống đường ống kim loại. Theo những thông tin cá nhân (private communication) mà ông Thắng thu thập được từ TS Lê Văn Cát, một thành viên của Đoàn điều tra cá chết của nhà nước, ông đưa ra giải thích sau [7]:

"Trong nước thải này có chứa kation Fe+2 với ***nồng độ đặc biệt cao****, từ 1200 –2000mg/L(4) (****trung bình 1,6kg/m3****). Việc xử lý 2500m3 nước thải này không thành công tương đương với đổ ra biển 1,6kg/m3 x 2500m3 = 4000kg =* ***4 tấn kation Fe+2.***

Ngoài ra, Formosa Hà Tĩnh, ngày có ngày không (không đều) đã sử dụng 3 – 4 tấn(4) sunfat sắt (FeSO4.4H2O, màu trắng) như là chất xúc tác với H2O2 để nâng cao hơn nữa việc xử lý các chất hữu cơ khó bị sinh hủy, tẩy mầu của nước thuộc hệ thống sinh hóa xử lý nước thải của nhà máy luyện cốc, làm cho nước trong hơn. ***Trung bình 3,5 tấn FeSO4.4H2O sẽ tạo ra khoảng 1 tấn Fe+2.*** *Sự cố mất điện và lỗi của nhà thầu phụ đã đổ ra biển một lượng đại khổng lồ, tổng cộng 1 + 4 =* ***5 tấn kation Fe+2*** *tương đương(7) với* ***5,36.1028 kation Fe+2*** *đủ để phân bố, dàn trải từ Vũng Áng, Hà Tĩnh vào gần đến Thừa Thiên – Huế."*

Ông Nguyễn Minh Quang đã có một phản biện khoa học đăng trên trang Ba Sàm ngày 27 tháng 07 [8] trong đó ông Quang nghi ngờ tính cơ sở khoa học về sự hiện diện của cation **Fe++** trong nước thải của Formosa. Sau bài này của ông Quang, TS Thắng đã phản biện với một bài viết dài rất công phu [9].

Tác giả bài viết này, tuy cũng là kỹ sư cơ khí nhưng vì không đủ kiến thức chuyên môn về ngành hóa học cũng như ngành độc tố môi trường, xin không dám có tiếng nói trong cuộc tranh luận giữa TS Thắng và ông Quang. **Một điều chắc chắn, cá đã chết và chết vì chất độc được xả thải từ nhà máy Formosa Hà Tĩnh**.

Câu trả lời chính xác cho câu hỏi "cái gì đã được xả thải và chất độc hóa học nào trong nước xả thải đã làm cho cá chết hàng loạt" chỉ có thể có được khi nào nhà nước Việt Nam "**công bố rộng rãi tất cả các tài liệu, hồ sơ, nghiên cứu, phản biện liên quan đến việc khẳng định nguyên nhân cá chết hàng loạt ở miền Trung, kể cả kết quả phân tích mẫu cá chết và nước dùng cho việc truy tìm nguyên nhân**" như ông Nguyễn Minh Quang đã đề nghị [6].

Tài liệu tham khảo:

[1] John Masaitis – "Chapitre 73 – La sidérurgie: L'industrie du fer et de l'acier"

[2] Ahmed Sirajuddin 1, Rathi K. R. and Chandra Umesh – "Wastewater Treatment Technologies Commonly Practised in Major Steel Industries in India" – Đại học Central University – New Delhi – India

[3] https://anhbasam.wordpress.com/2016/08/06/946-

3-ve-huu-cung-phai-bi-loi-co-ra-chiu-trach-nhiem-ve-vu-formosa/

[4] https://anhbasam.wordpress.com/2016/08/04/9433-but-ky-cua-nha-van-hoang-quoc-hai-ve-formosa/

[5] http://baodatviet.vn/chinh-tri-xa-hoi/tin-tuc-thoi-su/cong-bo-nguyen-nhan-ca-chet-formosa-xin-loi-tu-trai-tim-3312646/

[6] https://anhbasam.wordpress.com/2016/07/02/8987-tinh-khoa-hoc-va-muc-do-chinh-xac-cua-nguyen-nhan-ca-chet-o-mien-trung-do-chanh-phu-viet-nam-cong-bo/

[7] https://anhbasam.wordpress.com/2016/07/20/9231-can-tra-lai-chan-ly-khoa-hoc-cho-ket-luan-ve-nguyen-nhan-ca-chet/

[8] https://anhbasam.wordpress.com/2016/07/28/9337-nghi-van-ve-chan-ly-khoa-hoc-cua-nguyen-nhan-ca-chet-hang-loat-o-mien-trung/

[9] https://anhbasam.wordpress.com/2016/07/30/9353-tranh-luan-giua-ts-nguyen-duc-thang-va-ky-su-nguyen-minh-quang/

Posted by adminbasam trên 07/08/2016

ĐỐ VUI ĐỂ HỌC KỲ 2: TẠI SAO CÁ CHẾT HÀNG LOẠT DỌC BỜ BIỂN VIỆT NAM (NĂM 2016)

Tại sao cá biển chết hàng loạt dọc bờ biển Việt Nam?

Câu trả lời đơn giản nhất là vì môi trường nước biển trong đó cá đang sống yên lành đã thay đổi quá lớn và quá đột ngột.

Bốn mươi lăm ngàn mét khối (45.000 m3) mỗi ngày đêm là công suất xả thải của nhà máy sản xuất gang thép tại Vũng Áng. Nước xả thải được phun ngầm sâu 17 mét dưới đại dương mỗi ngày từ nhà máy của tập đoàn Formosa Hà Tĩnh này là nguyên nhân chính đã gây ra cuộc thảm họa môi trường to lớn chưa từng thấy trong lịch sử Việt Nam. Cá chết trôi dạt vào bờ trải dài suốt 250 km đường biển Việt Nam bắt đầu từ Vũng Áng chạy xuống tận Lăng Cô.

Cá và các hải sản khác như nghêu sò mực (và san hô) chết hàng loạt trôi dạt vào bờ và ước lượng tổng cộng số cá chết hiện nay lên đến khoảng 200 tấn tức là khoảng xấp xỉ một triệu con (cứ cho mỗi con trung bình cân nặng khoảng 200 gram).

Chỉ tưởng tượng với 12 ngàn mét khối được xả thải mỗi ngày đêm theo như người phát ngôn Formosa thừa nhận, tức là 12 triệu lít nước xả thải 24 giờ mỗi ngày được phun ra từ một ống có đường kính hơn 1 mét (diện tích 0.949 m2) với bề dài của ống nối từ nhà máy luyện kim ra đến biển dài 1400 mét như các ngư dân địa phương huyện Kỳ Anh (Hà Tĩnh) kiểm chứng và trông thấy tận mắt, như hình ảnh được ghi lại qua các clip Youtube: lưu lượng nước xả thải phóng ra biển có vận tốc có thể lên đến 146 lít một giây (tính trung bình từ lưu lượng 12 triệu lít một ngày, V= Q/A = 12000000 / 24/ 3600 /.949). Một số lượng xả thải khổng lồ.

Đến hôm nay đã hơn một tháng kể từ ngày ngư dân phát hiện được cá chết trôi dạt vào bờ vào ngày 06 tháng 04 năm 2016 (xem hình dưới đây), nhà nước Việt Nam vẫn chưa công bố kết quả những nguyên nhân gây ra cuộc khủng hoảng này.

Các quan chức nhà nước càng trì trệ, việc xác định

nguyên nhân gây thảm họa lại càng khó hơn vì những độc tố xả thải chung quanh thời gian đầu tháng 04 sẽ bị loãng dần do dòng hải lưu Bắc Nam cuốn đi. Và chính dòng hải lưu này là nguyên nhân phụ đưa độc tố xả thải đi về phía Nam. Việc cá chết trôi lềnh bềnh cũng gây trở ngại trong việc xác định nguyên nhân cá chết. Theo các nhà khoa học Mỹ của viện nghiên cứu Virginia Tech, cách tốt nhất để giữ được nguyên trạng chứng tích là lúc cá đang giãy chết. Bắt giữ độ chục con rồi đem đi thử nghiệm liền là xác suất tìm được nguyên nhân cao nhất. Đây là bài viết của viện nghiên cứu về cá ở Harissonburg (Virginia, Hoa-Kỳ):

For the best chance of determining the correct cause of a fish kill, fish farmers generally need to submit 5 to 10 live, dying (but not dead) fish that exhibit the signs of the disease, along with several water samples from the pond (Rottmann et al. 1992). Do not combine fish and water samples in the same container. Recent (fresh) dead fish may or may not be useful for diagnosis. Day-old dead fish that are bloated and floating at the surface are useless for diagnosis.

Use a dip net to collect dying fish exhibiting abnormal behavior at the water surface or pond edges. Dying fish should be transported immediately to the diagnostic lab in a cooler of water or a large plastic bag with water and oxygen (if possible) and kept as cool as possible. Freshly dead fish can be shipped wrapped with wet paper towels in plastic bags on ice in a styrofoam box. Samples should be hand delivered to the diagnostic lab or shipped by overnight carrier service. Always call the diagnostic lab before submitting any samples to insure that specimens are able to be accepted and rapidly processed.

In Virginia, fish samples can be submitted for disease diagnosis (at a nominal cost) to either the:

State Veterinary Diagnostic Laboratory

116 Reservoir Street

Harrisonburg, VA 22801

(540) 434-3897

Thành thử các ông quan chức cao cấp của nhà nước Việt Nam càng nhởn nhơ, Formosa Hà Tĩnh lại tiếp tục cười khúc khích vì họ biết là các quan chức có trọng trách trong việc giám sát môi trường này vừa dốt vừa làm việc không nghiêm túc. Chưa hết, các ông ấy lại còn nhởn nhơ cười lên đầu lên cổ dân Việt bằng cách xúi dân tiếp tục tắm biển và ăn hải sản như vài tấm hình dưới đây:

Lãnh đạo Đảng và nhà nước tắm biển để chứng minh biển an toàn. (On the web)

Ông Phó Chủ Tịch Ủy Ban Nhân Dân Hà Tĩnh Đặng Ngọc Sơn còn dõng dạc tuyên bố chiều ngày 23 tháng 04 là dân cứ yên tâm ăn cá và tắm biển ở Vũng Áng.

Đây là những hành động ngu xuẩn, vô trách nhiệm và điên rồ nhất của các quan chức Việt Nam. Mấy ông này coi thường sự lo lắng hoảng loạn của người dân cũng như sự hủy hoại môi trường thiên nhiên đến thế là cùng. Nói theo cô giáo Trần Thị Lam: nước mình ngộ quá phải không anh?

Ngộ thật. Việc khẩn cấp nhất phải làm thì các ông ấy không làm. Lúc có một người bị một mũi tên ghim vào người, việc đầu tiên phải làm để cứu người đó là người ta phải tìm cách rút mũi tên ấy ra, chứ không phải ngồi đó la lên ai đã bắn phát tên này, hay là còn tìm mọi cách che dấu tính cách trầm trọng của sự việc bằng cách nhởn nhơ tắm biển và khuyên dân ăn hải sản của những quan chức Đà Nẵng và Hà Tĩnh.

Nhà nước Việt Nam có bổn phận bảo vệ dân và môi trường trong đó người dân sinh sống.

Việc khẩn cấp nhất lúc này là nhà chức trách Việt Nam phải ra lệnh cấm ngay nhà máy sản xuất gang thép Vũng Áng không được tiếp tục xả thải bất cứ nước gì vào biển trong lúc chờ đợi việc xác định nguyên nhân gây ra thảm họa.

Các ông ấy đã không làm gì cả. Nhởn nhơ và trì trệ một cách vô trách nhiệm. Riêng quốc hội Việt Nam thì chính ra phải biết nắm lấy cơ hội ngàn vàng này để học hỏi và đưa ra một đạo luật về không khí và nước trong lành, thay vì ngồi ngủ gục trên ghế hay gật đầu lia lịa khi lệnh của Đảng đưa xuống.

Ở Hoa-Kỳ khi xảy ra vụ đốt xăng có chì (Pb) làm hại đến sức khỏe người dân, nước Mỹ là nước đầu tiên trên thế giới đưa ra Luật Về Không Khí Trong Lành (Clean Air Act) năm 1963. Hiện nay đạo luật này đã được tu chỉnh sửa đổi để thích hợp với những khám phá mới của khoa học hai lần vào những năm 1970 và 1990. Riêng về nước (H2O) thì Mỹ cũng có Luật Về Nước Trong Lành (Clean Water Act) được hoàn tất năm 1972, xin mời các bạn tự Google hoặc xem qua quá trình phát triển của đạo luật này qua liên kết ở đây: https://en.wikipedia.org/wiki/Clean_Water_Act

Một thí dụ về tiêu chuẩn của không khí trong lành ở Hoa Kỳ theo đạo luật về không khí trong lành được chép xuống bảng dưới đây. Dân biểu quốc hội Việt Nam có thể học từ những nước tân tiến như Hoa Kỳ để soạn thảo và đưa ra một đạo luật về không khí và về nước trong lành. Đạo luật này có khả năng bắt buộc những doanh nghiệp sản xuất quốc tế với công nghệ cao phải tuân thủ khi họ vào Việt Nam làm việc và kinh doanh. Hiện nay thì không biết các đại biểu quốc hội Việt Nam làm gì với thời giờ rảnh rang. Và ngay cả khi có một cuộc khủng hoảng trầm trọng như vụ cá chết hàng loạt hiện nay, người dân không thấy các ông Nguyễn Phú Trọng, Trần Đại Quang, Nguyễn Xuân Phúc và bà Nguyễn Thị Kim Ngân lên tiếng. Không biết các ông các bà lãnh đạo này nghĩ gì về tương lai dân tộc?

TIÊU CHUẨN QUỐC GIA VỀ KHÔNG KHÍ TRONG LÀNH (USA)			
Độc tố	Thời gian	Tiêu chuẩ	Tiêu chuẩn phụ
CO	8 giờ	9 ppm	
	1 giờ	35 ppm	
Lead (Pb)	4 tháng	1.5 µg/m 3	
NO 2	Hàng năm	0.053 ppm	
O 3	Một giờ	0.12 ppm	
PM 10	Hàng năm	50 µg/m 3	
	24 giờ	150 µg/m 3	
SO 2	Hàng năm	0.03 ppm	
	24 giờ	0.14 ppm	
	3 giờ	None	0.5 ppm
TSP	Hàng năm	75 µg/m 3	60 µg/m 3
	24 giờ	260 µg/m	150 µg/m 3

Thế thì nhà máy sản xuất gang thép Vũng Áng đã đổ những độc tố gì xuống biển?

Việc điều tra sẽ vô cùng cam go vì có thể vào lúc này, các quan chức cao cấp của Formosa Hà Tĩnh đã ra lệnh thủ tiêu hết giấy tờ liên quan đến việc xả thải. Và có thể ngay cuốn livre de bord (hay log book) tức là quyển sách ghi chép hoạt động từng giờ của nhà máy cũng không còn. Tìm được những chứng tích từ nhà máy của tập đoàn Formosa Hà Tĩnh sẽ là chuyện mò kim dưới đáy biển.

Tuy nhiên, chúng ta có thể tìm sách đọc trên mạng và có thể biết là bình thường những nhà máy thuộc loại hỏa luyện dùng công nghệ luyện gang lò cao như công nghệ Vũng Áng đổ (hay phun) vào không khí và nước những chất xả thải sau đây: SO 2, NOx, CO, H2S, Pb (chì), Ni (niken), As (arsenic), Cd (cadmium, hay tiếng Việt là cadimi), Cr (chrome hay crom), Zn (kẽm), Se (selenium hay selen), Hg (thủy ngân), NH4 (ammonia), dầu nhớt, các chất quan trọng như C (carbon), Si (silic), Mn (mangan), P (phốt pho), S (lưu huỳnh) và Fe (sắt). Thêm vào đó phải kể những chất như benzene, phenol, sulfides, sulfates, cyanides, thiocyanates, thiosulfates và fluorides, và có sách nói có cả chất titanium (Ti).

Bốn chất Si, Mn, P và S là những chất cần thiết trong việc sản xuất thép thô. Quá trình luyện kim không khó hiểu lắm. Khởi đầu thì người ta phải "xử lý" quặng (tức là đất đem đến từ mỏ sắt có khoảng 60 % Fe). Sau đó quặng được đốt ở lò cao để biến chế thành gang (chứa đến 92% Fe). Rồi nhờ vào lò thổi oxy, những nguyên tố Si, Mn, P và S được phun vào để lấy oxygen đi và hợp kim chứa sắt (Fe) căn bản luyện được có dưới hoặc bằng 2 % C (carbon) được gọi là thép. Việc thổi oxy vào trong lúc nung đốt các nguyên tố nêu trên sẽ tạo ra phản ứng với oxy để có được nhiều sắt hơn theo những phương trình hóa học:

Si + 2FeO = 2Fe + SiO2 + nhiệt

Mn + FeO = Fe + MnO + nhiệt

hoặc phức tạp hơn:

2P + 5FeO + 4CaO = 5Fe + 4 CaOP2O5 + nhiệt

Từ đây những phương pháp tạo hình sẽ được áp dụng, nào đúc, nào cán, nào kéo để biến dạng thép theo những dạng được thị trường chuẩn định.

Những chất xả thải chứa độc tố kim loại là những chất

xả thải rất độc. Xả thải kim loại nặng (heavy metals) sẽ làm độ pH của nước biển giảm xuống. Xin nhớ là cá chết khi độ pH của biển xuống dưới 4.0. Bình thường độ pH của nước biển trong lành là khoảng 8.2 (thay đổi từ 7.2 đến 8.5). Cá có thể sống êm ả trong nước biển có độ pH từ 6.5 đến 9.0. Riêng chất ammonia sẽ làm độ pH tăng vọt theo phương trình sau:

$NH3 + H2O = NH4^{+} + OH^{-}$

Cá có thể chết hàng loạt vì độ pH lên đến 9.0 tức là số ammonia xả thải quá lớn.

Đây là tấm họa đồ cho thấy cá chết theo cường độ pH (màu đen):

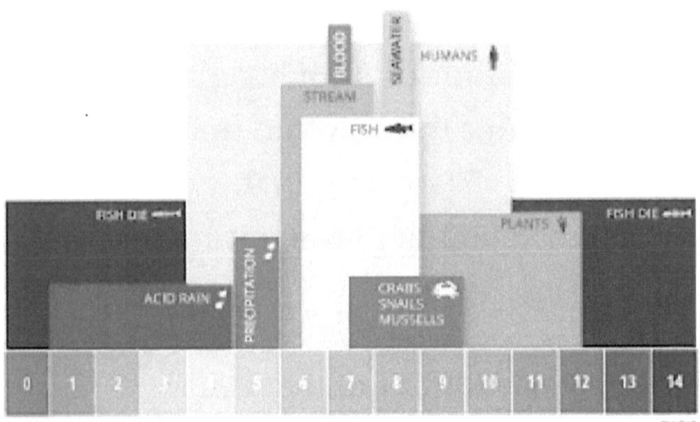

Tôi mong và tin tưởng rằng các nhà hóa học và các chuyên gia Việt Nam sẽ tìm ra nguyên nhân gây thảm họa trong những ngày sắp tới. Vấn đề kế tiếp là đưa Formosa Hà Tĩnh ra tòa để đòi bồi thường cho sự mất mát lợi tức cũng như sự sa sút sức khỏe về lâu về dài của ngư dân và người dân quanh vùng và việc làm xáo trộn môi trường thiên nhiên biển Việt Nam.

Một điều chắc chắn, khi có cá chết hàng loạt như thế thì phải có nguyên nhân. Mà nguyên nhân ngày càng rõ rệt: tập đoàn Formosa Hà Tĩnh là thủ phạm với nước xả thải vô cùng độc và chắc chắn đã không tôn trọng tiêu chuẩn xả thải đã được ký kết.

Chỉ nhìn tấm hình ngư dân Hà Tĩnh gác mái chèo được đăng trên các bài báo trên mạng cũng đủ cho ta thấy sự trầm trọng của cuộc khủng hoảng môi trường đang tiếp tục kéo dài. Nhà nước thì tiếp tục giả câm giả điếc trong khi người dân tiếp tục lặn ngụp trong bể trầm luân như tôi đã từng viết trước đây [1].

[1] Nguyễn Duy Vinh– Nhà cầm quyền giả câm giả điếc trong khi người dân trong nước tiếp tục lặn ngụp trong bể trầm luân

LÀNG NGÀY CÀNG ĐẸP

(tản mạn sau khóa tu tháng 09 vừa qua)

Lâu lắm tôi không về thăm Làng. Ít nhất cũng phải gần 4 năm rồi từ khi rời xứ Con Vịt Điên đi Phi Châu (nghe bài hát này nhé:..."đã lâu lắm rồi không về miền Trung thăm người em...", không biết bài này của ai viết, nhờ Diệu Liên tìm hộ).

Làng đây là Làng Cây Phong. Một Làng dùng làm nơi tu học theo đạo Phật đã được dựng lên gần 15 năm nay trong một khu đất lớn thuộc thị trấn Bolton West có rừng cây bao bọc, nằm trong miền đồi núi hùng vĩ của vùng Les Cantons de l'Est, cách Montréal một giờ xe.

Trong Làng có một ngôi nhà chính nằm trên đỉnh cao nhất của Làng (xem hình dưới đây), xung quanh có vài cái cốc (có người gọi là am, một loại cottage) nhỏ xinh xắn, có đường thiền hành thơ mộng quanh co, có một bãi cỏ rộng để các vị thiền sinh cắm lều (nếu muốn ngủ lều) và một hồ nhỏ trong xanh, tươi mát. Trong căn nhà chính có phòng ngủ lớn (dortoir) với hơn 30 giường, có phòng tắm đầy đủ ở cả tầng trên và tầng dưới, phòng ăn chính và phòng thiền rộng rãi cho hơn 50 người ngồi thiền thoải mái.

Trong khóa tu tháng 09 vừa qua tôi đã có dịp đi thiền

hành một mình vào buổi sáng và được dịp quan sát ngắm nhìn một cách thảnh thơi, lòng không vướng bận, những quang cảnh quanh Làng.

Làng bây giờ đẹp hơn trước các bạn ạ (người buồn cảnh có vui đâu bao giờ).

Bãi cỏ xanh lớn trước mặt Làng và những lối cỏ thiền hành quanh Làng đã được ai đó cắt gọn thật tươm tất, trông rất đẹp mắt. Hôm nào có nắng ấm, căn nhà chính hiện ra thật rõ ràng cho tôi thấy được nóc nhà mới lợp. Bây giờ lại có thêm 4 vents trên nóc, đủ để có gió vi vút làm thông không khí và điều hòa nhiệt độ trên gác lửng (attic), tránh được sự tích tụ của những tảng băng đá tuyết vào mùa đông trên nóc bên ngoài, và nhờ vậy sẽ giữ được nóc nhà lâu dài hơn.

Xin các bạn xem hình dưới đây, chụp vào khóa tu tháng 9 vừa qua:

Bãi cỏ sau nhà cũng được cắt thật đẹp và bây giờ không được dùng làm bãi đậu xe như trước vì chúng ta đã có bãi đậu xe riêng biệt nằm ngay trên một bãi đất giữa chân giốc trên đường vào Làng.

Trong căn nhà chính, mọi thứ trông cũng tươm tất hơn xưa. Trên Thiền Đường Nến Ngọc bây giờ có đủ tọa cụ và bồ đoàn (nệm và gối) màu nâu sòng rất đẹp và người may đã cắt và khâu rất công phu, đo đạc rất nghiêm túc để hoàn thành khoảng 70 cặp nệm và gối cùng màu, cùng mẫu và cùng thước tấc. Đó là chưa kể những Giáo Thọ (teachers, enseignants) Làng lại có gối và nệm riêng mang tên mỗi vị, may với mẫu đặc biệt với vải nâu có vân. Và tất cả phòng ốc, từ chỗ ngủ (dortoir, dormitory) đến nhà tắm, nhà bếp, nhà ăn v.v... đều được sơn lại mới toanh.

Làng đẹp lắm.

Người về Làng được hưởng không khí tươi mát và trong lành của vùng đồi núi bao la với tên thật dễ thương Les Cantons de l'Est (Eastern Townships) của tỉnh bang Québec. Mùa thu mà được về chơi ngắm rừng núi và đi bộ quanh Làng là một hạnh phúc lớn.

Đi xuống dốc trên đường chính sẽ gặp một ngõ rẽ dắt đến Đường Tâm Châu (đường là nơi do chính Thầy Tâm Châu đi bộ sau buổi lễ an vị Làng). Trước khi bước vào con đường rợp lá mát mẻ này, bạn sẽ phải chắc chắn dừng lại trước bức tượng Quan Thế Âm cao lớn, nghiêm trang. Một tay Bồ tát Quán Thế Âm đưa lên với ngón tay trong tư thế bắt ấn (mudra) Cát Tường, tay kia Ngài cầm bình tịnh thủy như đang dội nước thương yêu dập tắt những đám cháy khổ đau mà Ngài đã nghe (Thế Âm) được từ những tiếng kêu xin cầu cứu của chúng sinh. Và từ đây bạn có thể ngắm hồ nước của Làng. Một cái nhìn thật đẹp của hồ nước Làng đã được chụp trong khóa tu này bởi một thiền sinh người Gia Nã Đại Pháp dưới đây:

Sự tĩnh mịch với bầu không khí trong mát của Làng đã làm dịu đi bao nhiêu phiền não của những người về Làng. Với bước chân chầm rãi, với hơi thở có ý thức, chúng tôi đã được hưởng những ngày thanh thản trên Làng.

Còn bạn, khi nào thì đến phiên bạn về Làng?

Khi nào thì đến phiên bạn quay về cái alma mater của chính bạn?

Có dịp ghé Montréal hay Ottawa mà bạn không tìm cách đi thăm Làng là một mất mát lớn.

Chúc bạn một ngày vui.

(viết lần đầu vào năm 2012)

TẢN MẠN CHUYỆN XỨ NGƯỜI XỨ TA... (CHUYỆN THAM NHŨNG)...

Chúng tôi ở xứ Cameroun này thấm thoát đã được hơn một năm rưỡi. Cuộc sống ở đây, cũng như cuộc sống ở các nước khác, luôn có hai mặt. Một mặt thoải mái có tính cách nuôi dưỡng thân và tâm của chúng ta và mặt kia, bề trái, cũng luôn có mặt để gây cho chúng ta những phiền toái, những bực tức trong cuộc sống thường nhật.

Về cái mặt thoải mái thì chúng tôi phải nói ngay là chúng tôi rất may mắn. Chúng tôi sang đây với tư cách nhân viên ngoại giao nên chúng tôi được hưởng rất nhiều đặc quyền. Trước tiên là nhà ở rộng rãi và tiện nghi (xem hình trên).

Chung quanh nhà có khu đất rộng và chúng tôi đã chịu khó canh tác, vun trồng để luôn có hoa mọc quanh năm và một mảnh vườn nhỏ có đủ các loại rau. Từ rau cải cúc và cải bẹ xanh cho đến ngay cả rau muống chúng tôi cũng trồng được. Bên cạnh giàn mướp trồng sau này là vườn húng đủ loại, nào là húng Thái Lan, húng Việt Nam, húng quế, tiá tô, ngò, rau răm và một số các loại húng Tây (loại herbes de Provence như thym, romarin v.v...). Hoa thì phần lớn là hoa vùng nhiệt đới như bông giấy, hoa hồng, hoa hồng porcelaine, hoa hướng dương, bông sứ, hoa phượng, hoa thược dược, hoa cẩm chướng, trúc đào v.v... lại còn có cả cây ylang-ylang của Cameroun đứng cao giữa góc vườn toả mùi hương thơm ngát. Riêng giàn mướp thì cứ ra quả liên miên, và hầu như tuần nào tôi cũng được ăn món canh mướp hoặc món mướp xào do chính tay vợ nấu.

Nhà chúng tôi lại có hai đặc điểm khác góp phần vào sự thoải mái của chúng tôi. Đặc điểm thứ nhất là nhà nằm trong khu ngõ cụt nên rất ít xe cộ qua lại, tránh được tiếng ồn ào và không phải hít bụi đỏ bay mù mỗi khi xe đi qua. Đặc điểm thứ hai là nhà chúng tôi có một nhà mát trên từng hai (còn được gọi là terrasse) nhìn ra thung lũng Bastos của Yaoundé với cảnh những ngọn đồi hùng vĩ bao quanh. Đúng là: "cỏ xanh mãi tận chân trời..."...

Chúng tôi được những ngày êm ả và chúng tôi được nuôi dưỡng bởi thiên nhiên tươi mát. Rau cỏ tươi quanh năm, mùa nào lại có trái cây mùa đó (xoài, quít, ổi, mận...) và riêng đu đủ, chuối và dứa thì hầu như không lúc nào thiếu. Về phương diện vất chất, có thể nói là chúng tôi không thiếu một thứ gì. Sứ quán lại còn chu đáo lo đầy đủ về an ninh của nhân viên. Nhà thì có ba người gác (một người ban ngày và hai người ban đêm). Thêm vào đó sứ quán lại còn gắn thêm máy phát điện riêng cho cả nhà phòng khi cúp điện (và điều này xảy ra rất thường). Nước nôi cũng thế, ngoài nước của thành phố, chúng tôi có hai bồn dự trữ với dung tích 6 ngàn lít nước có máy bơm chạy bằng điện bơm nước cho cả nhà mỗi khi thành phố cúp nước. Nói tóm nhà chúng tôi ở là một thiên đàng, một thành quách riêng tư cô lập hoàn toàn có tính cách tự trị về điện nước.

Thế rồi cũng có lúc chúng tôi phải rời cái thiên đàng nhỏ bé của mình để đi ra ngoài. Đi làm, đi chợ, đi mua sắm, đi xin giấy tờ v.v... Đó là lúc chúng tôi chạm trán với những khó khăn thường nhật. Từ lái xe cho đến ngay cả đi bộ. Lái xe thì mắt và tai phải luôn chú ý và cảnh giác. Chưa thấy ở đâu lái xe vô kỷ luật và vô trách nhiệm như ở xứ này (nói đến đây tôi nghĩ đến cảnh lái xe ở Việt Nam, tôi nghĩ lái xe ở Việt Nam còn dễ hơn ở đây). Khó nhất là vì các xe taxi tranh nhau giành khách và họ ngừng, họ đậu, họ quẹo, họ lách, họ cúp, họ táp, họ lùi, họ đâm ngang đâm dọc khi họ muốn, vô cùng ngang ngược. Tôi có viết một bài cho các bạn người Anh về cách lái xe của người xứ này và tôi trích lại hai tấm hình cạnh đây để các bạn có một ý niệm. Một tấm cho thấy xe leo cả lên lề thành hàng bốn và tấm kia cho thấy giữa đường thỉnh thoảng có người đẩy xe hai bánh đi bán rong.

Còn đi bộ thì cũng không dễ. Vỉa hè khi có khi không mà xe thì chạy rất sát lề. Vỉa hè gập ghềnh đầy lỗ và luôn có cống dẫn nước lộ thiên rất bẩn. Cứ đi độ khoảng hai ba trăm thước lại có một đống rác thật to ruồi nhặng bay đầy và mùi hôi thối xông lên nồng nặc. Thật như là "đi ra năm bước, đã về chốn cũ...". Đi không cẩn thận có thể vấp hoặc sa chân vào cống nước (chúng tôi có một bà bạn bị gẫy chân vì đi bộ ở đây). Thêm vào khói xe và bụi đường. Xe đây chạy xăng super và gasoil (không lấy chì đi như ở những nước văn minh) và khói xe đen ngòm. Hôm nào trời mưa thì tha hồ lấm bùn đỏ, nhất là khi phải lội bộ qua các đường nhỏ chưa được trải nhựa. Bùn đỏ nhoè nhẹt đôi khi lấm lên gấu quần giặt mãi mới hết vết.

Việc đi xin giấy tờ cũng là một phiền não thứ hai. Việc chờ đợi ở các công sở quả là phiền phức. Chúng tôi có cô bạn trước khi rời Yaoundé phải làm giấy tờ sang chủ quyền xe và cô đã vất vả mất nhiều thì giờ đi lấy giấy tờ mà lại còn bị công chức bộ giao thông đòi tiền hối lộ trắng trợn (vì họ biết cô cần giấy gấp vì cận ngày đi). Riêng tôi có lần đi xin giấy chứng nhận cư trú (certificat d'hébergement) cho người bạn ở Pháp muốn sang thăm chúng tôi (và cần giấy này để xin visa nhập cảnh), tôi đã phải đợi rất lâu để xin được giấy này (và không bị đòi tiền hối lộ vì ông cò cảnh sát có vợ làm cho sứ quán Canada).

Vùng chúng tôi ở tương đối rất êm ả vì xa những đường chính. Thật tội nghiệp cho những ai phải ở gần khu chợ búa đông đúc nhất là khu trung tâm thành phố. Khu chung quanh chợ Mokolo cũng thật ghê gớm, người chen người, hàng này sát với hàng kia và đường trong chợ chỉ vừa cho một người đi; khi hai người gặp nhau thì phải lách. Và ở chợ này ít thấy người da trắng, nhất là người da trắng đi một mình. Chúng tôi có một số bạn dân ngoại giao ở đây đi chợ Mokolo và đã bị giật bóp. Được cái họ (quân cướp) không hành hung bạn ban ngày ban mặt mà chỉ giật bóp hoặc túi bạn sách tay. Không ai mất thì giờ gọi cảnh sát vì lúc ra khỏi chỗ đông này mà tìm được cảnh sát thì cũng phải mất cả tiếng đồng hồ.

Chúng tôi cũng có những dịp đi thăm vài vùng của xứ Cameroun và chúng tôi chỉ đi được trong mùa khô (từ tháng mười hai đến tháng tư). Cảnh núi và biển ở đây rất đẹp. Các đường quốc lộ chính có tráng nhựa đầy đủ. Tuy nhiên lái ở đây vô cùng nguy hiểm vì họ lái nhanh và lái rất dở. Một số xe lại không có thắng và những tai nạn gây chết chóc trên các quốc lộ hầu như diễn ra mỗi tuần. Tôi dán vào đây hai tấm hình trong chuyến đi phía Bắc (Buea, Mont Cameroun) và phía Đông (Limbe, Douala, Kribi).

Nguyễn Duy Vinh (Yaoundé, năm 2010)

NHỮNG ĐỊA NGỤC TRẦN GIAN

(tản mạn thân tặng các bạn NT B4 1958)

Địa ngục trần gian là những hoàn cảnh khó khăn mà con người phải sống qua trên quả đất này, trong lúc họ còn sống. Có thể có những địa ngục khác nữa dành riêng cho những người đã chết, và những địa ngục này thì người còn sống chắc không hình dung mường tượng được nó như thế nào, vì họ đã chết đâu, mà chưa chắc khi chết họ phải vào những địa ngục đó.

Cho những người còn sống và còn đủ sáu cái giác quan tinh nhuệ, tuỳ từng hoàn cảnh của mỗi người chúng ta có thể đã hoặc đang sống trong những địa ngục đó. Và tùy từng vốn liếng sinh lý và tâm lý của mỗi người, chúng ta sẽ có những sự cảm nhận (tương đương với chữ "tưởng" trong Đạo Phật) khác nhau đưa đến những cái nhìn và sự chịu đựng khác nhau trong những hoàn cảnh khó khăn đó.

Tôi xin nói đến cái địa ngục trần gian đầu tiên mà tôi được dịp nhìn thấy khi nó hé mở cánh cửa sắt cho tôi vào ngày hôm qua. Đó là một cô nhi viện nằm trong làng Ahala cách thủ đô Yaoundé khoảng nửa giờ xe (khoảng 20 cây số đường đất). Tôi đi thăm cô nhi viện này với các vị thành viên của Hội Những Phu Nhân của các nhà ngoại giao làm việc tại Yaoundé. Hội này mỗi tháng gặp nhau một lần qua những buổi hội thảo hoặc những buổi dạy nấu ăn. Số tiền thu được sau mội lần gặp nhau như vậy, họ cho vào một cái quỹ chung tích lũy từ năm này sang năm khác và dùng tiền đó để tài trợ những dự án hoặc những cơ quan thiện nguyện gặp khó khăn hay cần sự tài trợ (tức là những địa ngục trần gian). Cô nhi viện ở Ahala nơi chúng tôi đến thăm là một khu chung cư nhỏ chứa và nuôi 20 em tật nguyền hoặc có vấn đề tâm lý và tâm thần. Khu chung cư này chỉ là một địa điểm thứ hai trong khi cô nhi viện chính (cho 40 em khác) thì lại nằm trong một làng xa hơn. Thôi tôi cứ xin bắt đầu nói về cô nhi viện này trước vì chắc sẽ có dịp đi thăm chỗ kia trong tương lai và sẽ cho các bạn biết thêm chi tiết về sau vậy.

Hai mươi em bé hôm đó có mặt đầy đủ, mặc quần áo sạch sẽ, đứng dàn hát đón chúng tôi khi hai chiếc xe 4x4 của chúng tôi ập vào cái sân vuông nhỏ bé. Chúng tôi bắt đầu bằng nhà bếp lộ thiên (nóc chưa được dựng mặc dù tường đã làm xong). Bếp rất đơn giản, chỉ có hai cái lò và mỗi lò được làm bởi 3 viên gạch lớn và họ đun bếp bằng củi lấy từ những rừng bên cạnh. Các nồi niêu xoong chảo đen đủi (chắc vì nấu bằng củi bị khói un) được bỏ ngổn ngang dưới sàn đất hay treo rời rạc trên tường. Phòng ngủ của các em nằm ngay cạnh phòng ăn và được làm bằng những chiếc giường tre (hoặc gỗ) có nhiều tầng (khi hai, khi ba tầng). Phòng ngủ không có cửa sổ, nền đất, tối âm u. Giường không có màn, và chỉ có một màn lớn buông thõng ở cửa chính ra vào. Tôi hỏi thế có muỗi nhiều không. Anh chàng hướng dẫn viên nhe hàm răng trắng toát và to như những hạt bắp cười ngạo nghễ: « il y a des milliers de moustiques ce temps-ci et je crois que les enfants sont habitués ». Một câu trả lời tự nó đã nói lên cái khổ về đêm khi bị muỗi vo ve bên tai. Trong phòng chúng tôi ở Bastos có đêm cũng vì một con muỗi duy nhất ve vãn tấn công mà chúng tôi đã khó ngủ cả đêm. Có đêm tôi bực mình quá phải thức dậy bật đèn sáng choang đuổi muỗi, hôm nào may mắn giết được một chú muỗi mập ú và loe loét máu đỏ tươi thì hôm đó giấc ngủ mới yên. Còn đây các em chui rút trong một phòng ẩm thấp và tối tăm như thế và theo anh hướng dẫn viên nói thì có vô số muỗi, thế thì giấc ngủ của các em chắc là khó khăn lắm. Hoặc giả các em mệt quá ngủ say sưa và các anh các chị muỗi tha hồ đáp nhẹ nhàng xuống những làn da đen bóng và phẳng lì và len lén đưa cái vòi vào hút những giọt máu đào tươi cho đến khi bụng phình ra và no ứ. Nghe các em kể lại là hôm sau thỉnh thoảng giết được vô số muỗi đậu trên tường và chúng tôi nhận thấy nhửng vết và vệt máu khô đen xì còn đóng lại loang lổ trên nền tường trắng đã ngả màu cũ kỹ.

Cái phòng kế tiếp là văn phòng làm việc của các chị bảo mẫu (phần lớn các chị này đến từ những làng hay vùng lân cận, họ được trả lương tối thiểu để nấu ăn và săn sóc cho các em, và trong số này có một chị có con được gửi ở cô nhi viện này). Phòng này chỉ có vỏn vẹn một cái bàn, một cái TV bé cũ mèm đã ngà màu vàng nhạt và trên bàn có cả mấy chồng hồ sơ của các em. Chúng tôi được dịp mời xem qua các hồ sơ. Phần lớn các em bị cha mẹ bỏ, hoặc cha me cùng chết trong một tai nạn xe hơi, hoặc một trong hai người chết vì bệnh và người kia không đủ sức nuôi. Có một vài hồ sơ, bà mẹ của các em khai là không biết bố các em là ai (lần đầu tiên tôi đọc những lời khai như vậy trong đời). Tôi tự suy gẫm : hoặc là bà ấy ngủ với rất nhiều người đàn ông và không biết đã có thai với ông nào, hoặc bà ấy bị cưỡng dâm và không biết tên (hoặc mặt) người đàn ông đã cho mình đứa bé, hoặc là bà ấy đã ăn nằm với một người nào đó có danh và chức phận và bà không dám khai ra sợ họ trả thù. Tôi suy nghĩ lung tung như vậy và đi dọc theo sân vuông và đến nhà cầu lúc nào không biết. Lúc đó tiếng ruồi nhặng kêu vo ve và mùi hôi thối xông lên nồng nặc làm tôi tự giác đứng khựng lại mà không muốn bước tiếp. Có một bà người Mỹ trong phái đoàn chúng tôi rất can đảm bà vừa bịt mũi vừa bước vào đảo mắt xem nhà cầu. Nhưng bà đã bước ra rất nhanh và lắc đầu nguầy nguậy và nói : « Cái nhà cầu này làm tôi nhớ đến những năm du học ở Pháp, trong chỗ tôi ở trọ cũng có nhà cầu có bàn đạp (toilette à pédales) tương tự ». Xong bà buột miệng : một cái nhà cầu bé tí cho 20 em! Và đó là chưa kể đến các bà bảo mẫu. It does not make any sense, bà ồn ào lên tiếng. Anh chàng hướng dẫn viên được dịp phản bác: that is why we need help, that is why we need you.

Sau câu này của anh chàng có bộ răng trắng toát, mọi người bỗng dưng im lặng. Thì anh chàng này nói đúng quá. Chúng tôi thầm nghĩ. Các em cần được giúp. Và có cả trăm ngàn cách giúp. Chúng tôi hẹn nhau sẽ họp tại nhà cô Marthe tuần tới để bàn về cách giúp cô nhi viện này.

Trước khi ra về, anh hướng dẫn viên dắt một em bé 9 tuổi ra chào chúng tôi. Lưng em cong vòng, chân em đi khập khễnh. Rõ rang là em có tật. Em tự xưng tên là Marcelline và em chào chúng tôi. Các bà phu nhân tháp tùng cùng đến ôm (hug) em và vuốt đầu vuốt vai em (tôi không nói vuốt tóc vì phần lớn các em nhỏ ở đây rất ít tóc). Có một bà người Anh rơm rớm nước mắt.

Chúng tôi ra về không ai nói với ai một lời trong xe. Tâm tư mỗi người, tôi nghĩ, chắc đang liên tưởng đến những hình ảnh của cuộc thăm viếng vừa qua. Tôi cũng ngồi im theo dõi hơi thở và để ý đến dòng suy nghĩ của chính mình.

Khi về đến Bastos, tôi vội vàng viết cái email (e-meo) đầu tiên cho vợ tôi và tôi đã lấy cái tựa đề sau cho cái emeo này : l'enfer des hommes ou la première boite de Pandore que j'ai visitée.

NDVinh (le prisonnier de conscience de Yaoundé), mùa mưa năm 2009

"CỤ" VINH ĐI DẠY HỌC Ở CAMEROUN

Các bạn NT B4 1958 thân mến,

Sau hơn gần 3 tuần vắng bóng trên mạng, hôm nay cuối tuần tui mới thở phào có chút thanh thản của tâm hồn để tản mạn với các bạn hiền ta nơi những phương trời xa xăm.

Và dĩ nhiên tôi không quên cảm ơn tất cả các bạn vẫn tiếp tục giữ gìn liên lạc và chịu khó cung cấp những truyện cười những hình ảnh đẹp hoặc châm biếm, và càng vui khi thấy những Kevin Vu và TranJoe cũng như Vậy Nhé hoặc NVĐức vẫn tiếp tục gửi email. Và cũng rất cảm kích với những lời lẽ nặng phần tình cảm của CDVinh, LMHùng và HTKim. Và dĩ nhiên chúng ta cũng không quên là chúng ta đang có hai người bạn không được khoẻ, và luôn cầu chúc cho hai bạn Hợp và HPD chóng khoẻ và tìm lại được phong độ bình thường.

Riêng NDVinh tui thì hai tuần qua bận quá. Bạn ơi: tui đi dạy học!

Tưởng về hưu là an phận ngày hai bữa vỗ bụng rau bình bịch hoặc đường mây rộng thang thanh tui cử bộ, nợ tang bồng trong trắng vỗ tay reo, không ngờ nhận được cú phone của ông bạn người xứ Con Vịt Điên (bạn đánh volley ball người Canadien) năn nỉ dạy thế cho hai ông Thầy phải có việc đi xa. Thế là tớ nhận lời. Và thế là trong hai tuần qua tui đã là giáo viên của trường ASOY (American School of Yaoundé).

Tuần đầu tôi lo về Toán và Vật Lý cho các lớp trung học (chương trình Mỹ nó gọi là High School, nếu tôi nhớ không lầm thì là Grade 8/9 cho đến Grade 12). Cũng may những môn này là "nghề của chàng" nên tôi rất thoải mái. Tuần thứ nhì thì tôi lo các lớp bé hơn (còn được gọi là Middle School). Ngoài môn Toán và Vật Lý (nghề của chàng) có thêm món Hoá Học. Mình rất ghét cái môn này từ bé, thế mà ghét của nào Trời cho của đó! Thế là phải nài lưng mỗi tối cặm cụi học: nào là atom structure (cơ cấu hạt nhân) (phải đọc lại những thí nghiệm và phát minh của John Dalton, Thompson và Rutherford), nào là periodic table (bảng tuần hoàn các chất hoá học), nào là ionic compounds (cách "giao thoa" (NVHùng và NCChiến chắc thích cụm từ này) của cations và anions, của Roméo và Juliette, Roméo là Cl- (chlorine) thuộc gia đình metals (cương) còn Juliette là Na+ (sodium) thuộc gia đình non-metals (nhu), khứa (Cl) và ghế (Na) "làm tình" (binh xập xám suốt đêm) bằng cách trao đổi nhau những hạt electrons ở tầng năng lượng ngoài và từ đó đẻ ra đứa con NaCl), nào là cách nào "gọi tên em bốn mùa" (naming these ionic compounds). Cha mẹ ơi, lúc ở VN có bao giờ được học đầy đủ như vậy đâu. Cũng may sách vở của Mỹ quá đầy đủ và rõ ràng, tui vừa học vừa.....dạy (chỉ cần đi trước học trò độ 2 trang là đã có thể làm Thầy rồi!). Nhưng về Toán và Vật Lý thì trúng tủ! Thao thao bất tuyệt. Nào là nói về hàm số và những cách tính về giới hạn (limits), nói về đạo hàm (derivatives), nào là nói về định luật thứ nhì của ông Isaac Newton (F=ma). Tha hồ. Lớp học trở nên hào hứng vì ông giáo nói về đam mê của mình, đặt những câu hỏi về lực đối kháng (lực cản trở) của không khí khi có vật chuyển động trong nó như xe hơi và máy bay (air resistance in car and airplane movements).

Các em học sinh thì toàn là con nhà giàu (vì tiền học rất đắt, fees của trung học xấp xỉ cũng phải $15K USD một năm). Bố Mẹ của các em thì đủ loại, nào là dân làm sứ quán hoặc các cơ quan quốc tế như World Bank hoặc IMF, hoặc UNDP, UNESCO v.v...hoặc là các bộ trưởng hay giám đốc trong chính phủ. Nói chung các em rất ngoan và chịu khó học.

Thành phần giáo chức thì đa số là người Mỹ và họ được tuyển mộ từ Mỹ. Giáo viên rất trẻ (NDVinh thành cụ giáo nếu họ hỏi tuổi mình). Sau 2 tuần, mình ngẫm nghĩ được 2 chuyện: 1. Con vua tiếp tục làm vua, con nhà Thầy chùa đi quét lá đa: nếu Bố Mẹ mình không có tiền, đừng hòng được vào học một trường như thế! 2. Hầu như 99% những phát minh khoa học nòng cốt và căn bản là từ những khoa học gia Âu Mỹ trong những nước quân chủ hoặc tư bản mà ra. Không thấy một phát minh lớn nào từ những nước Cộng Sản hoặc Á Châu: từ Newton đến Toricelli (dĩ nhiên trừ Doctor NTThành nhà mình, NTB4, một Toricelli vietnamien) qua những Laplace và Descartes, từ Rutherford đến Pauli, từ anh em ông Wright đến Ludwig Prandtle, vân vân và vân vân, không thấy bóng dáng một nhà phát minh của thế giới CS, ngay cả Joukowski (người Nga) cũng là thuộc thành phần trưởng giả. Tại sao? Chắc là phải đủ ăn và có hoàn toàn tự do căn bản thì mới thảnh thơi mà chú trọng vào điều mình đam mê? Và từ đó đi đến phát minh? Phần lớn những giải Nobel về khoa học năm nay vào tay những khoa học gia Mỹ và những nước không nằm trong khối CS.

Thôi nói tản mạn đã dài, sẽ hứa tiếp tục vào tuần tới, vậy đi nhé. Xin gửi tặng bạn tấm hình cụ giáo NDVinh, do học trò chụp tặng trong giờ Toán lớp 12.

Chúc các bạn một ngày vui.

NHỮNG NGÀY XƯA THÂN ÁI

Mùa này là mùa mưa ở Cameroun. Những cơn mưa nặng hột vùng nhiệt đới đem lại cho tôi thật nhiều hạnh phúc. Tiếng mưa rơi đều đặn và lộp độp trên nóc nhà lợp bằng tôn ru người vào giấc ngủ nhẹ nhàng và tạo cho ta những cảm giác êm ái. Những lúc đó, nhất là ban đêm, tôi chỉ thích nằm co rút trong chăn và lim dim nhắm mắt nghe mưa. Và cũng không quên nghĩ đến những kẻ lữ thứ xa nhà. Thật thương cho những ai không về kịp nhà và còn đang lê bước khập khễnh, lầm lũi trên những con đường đất đỏ trơn ướt của xứ Phi Châu nghèo nàn.

Những cơn mưa rào làm tôi nhớ đến những ngày còn bé thường chạy tung tăng dưới mưa, và gần gũi nhất trong ký ức tôi bây giờ là những ngày tôi theo anh tôi đi công tác trên vùng cao nguyên Trung Phần. Những ngày êm ả tôi đã được sống ở các thành phố hiền hoà như Pleiku và Ban Mê Thuột. Mưa ở Cameroun quện vào đất đỏ làm màu đất thắm tươi như "môi son bé thơ". Mưa ở Pleiku và Ban Mê Thuột ngày xưa cũng rứa, đất đỏ, rừng cao su, và những đồi núi thoai thoải. Thuở đó mặc dù chiến chinh, chúng tôi những đứa bé tuổi mười ba mười lăm cũng có những phút giây thoải mái yên vui. Những ngày xưa thân ái ấy qua nhanh quá. Thấm thoát mà đã hơn 50 năm…

Dạo ấy hè nào tôi cũng theo anh tôi lên vùng cao nguyên nơi anh tôi làm việc. Chỗ anh tôi làm thuộc về sở khai khẩn dinh điền nằm biệt lập trên một khu đồi có những cây xoài cát với lá xanh um. Những đứa bé từ mười đến mười lăm tuổi chúng tôi lúc bấy giờ tụm năm túm ba chạy đuổi trên các đường đất đỏ quanh công trường. Có những buổi trưa hè nắng chói chan, chúng tôi rủ nhau đi tắm suối hoặc đi tắm hồ. Biển hồ Pleiku, như tên gọi, là một thắng cảnh của quê hương vào thời đó. Hoà mình vui đùa trong nước hồ trong vắt, bên cạnh những người dân Thượng hiền lành. Những đứa lớn tuổi nhất trong đám trẻ con của dân trại như tôi thì cứ ngẩn người nhìn những cô gái Thượng trầm mình bên suối, khoe nửa người để lộ hết những phần của thân thể thường được giữ kín của những thiếu nử tuổi thanh xuân…

Rồi đêm về thỉnh thoảng chúng tôi được nghe đài phát thanh Sài Gòn văng vẳng tiếng hát của Trúc Mai qua cái máy rađiô cũ rích của Bác Sáu, người gác dan già của công trường, với bài Những Ngày Xưa Thân Ái của Phạm Thế Mỹ:

Những ngày xưa thân ái anh gởi lại cho ai

Gió mùa xuân êm đưa rung hàng cây lưa thưa

Anh cùng tôi bước nhỏ áo quần nhăn giấc ngủ

Đi tìm chim sáo nở ôi bây giờ anh còn nhớ?

Hoặc có những đêm trăng sáng tỏ, những đứa trẻ trong khu trại được nghe tiếng Bác Sáu hát nghêu ngao. Giọng Bắc Kỳ của Bác Sáu vang lanh lảnh trong đêm vắng:

Đoàn giải phóng quân một lòng ra đi

Đoàn giải phóng quân hẹn ngày trở về

Ra đi ra đi bảo tồn sông núi

Ra đi ra đi gìn giữ núi sông

Tàu bay nó bắn đì đà đì đùng

Tàu bay nó bắn đì đà đì đùng

Kìa là đoàn lính khố xanh

Lúc ấy tuy là thời giặc giã nhưng còn là những năm chinh chiến chưa đến thời kỳ khốc liệt. Đêm ngủ không nghe tiếng súng mặc dù thỉnh thoảng có tiếng máy bay Mỹ đi dội bom hay đi trinh sát đâu đó về lại căn cứ Pleiku. Mãi về sau tình hình chiến sự ngày càng gay go và từ đó anh tôi không cho tôi lên vùng cao nguyên nữa.

Mà bây giờ chính những cơn mưa ở Yaoundé làm tôi hồi tưởng lại những mùa hè êm ả đó. Những mùa hè về sau này tôi cũng rất bận, bận học hè và bận học thi. Cái quãng thời gian học ở tiểu học và trung học là một trong những quãng thời gian đem lại cho tôi thật nhiều hạnh phúc.

Tôi bắt đầu ở ngôi trường tiểu học ở nhà quê, ở cái làng Xuân Lộc thuở đó bé tí và còn thưa thớt người. Dân phần lớn là những dân quy tập về từ khắp nơi. Nào là dân cạo mủ cao su trong những đồn điền cao su của Pháp chung quanh Xuân Lộc, nào là những người làm việc cho quân đội Pháp như trường hợp bố tôi, và phần còn lại đa số là những dân di tản từ những vùng xa xôi từ phương Bắc đến. Tôi còn nhớ những buổi sáng đi học được ăn gói xôi đậu xanh hay xôi bắp (còn được gọi là xôi lúa). Xôi được gói trong những lá chuối cắt vuông vức, cô hàng bán xôi thỉnh thoảng lại tưới lên trên gói xôi của mình những thìa nước dừa óng ả và thơm phức, cô còn dùng tay rải lên đó những hạt mè rang. Và để xúc xôi, lúc đó làm gì có thìa nhựa, chúng tôi được cô hàng phát cho những bẹ chuối non vuông vắn dùng làm thìa. Chỉ cần nhìn gói xôi khói bốc lên nghi ngút mà nước bọt đã ra lênh láng trong mồm. Vào khoảng giờ ra chơi buổi sáng, chúng tôi lại được một dịp nữa…ăn hàng. Có thể nói người Việt Nam sống vì ăn (chứ không phải sống để ăn, cẩn thận nhé). Giờ ra chơi này có đủ thứ hàng quà. Trước cổng trường, chỗ này là hàng chè đậu đỏ và chè táo xọn. Chỗ kia có hàng chè đậu hũ nấu nước gừng, hàng trôi nước v.v…Tôi vẫn thích nhất món khoai mì nóng. Với dăm đồng Mẹ cho trước khi rời nhà mỗi buổi sáng, tôi đã có trong tay một củ khoai mì nóng hổi, vừa thổi vừa ăn, vừa xuýt xoa…

Nói đến đây thì chợt bài hát với giọng ca của Khánh Ly đi ngang đầu, tôi xin ghi lại và mời bạn cùng hát chung với tôi:

Ngày ấy em như hoa sen,

Mang nhiều giáng hiền những khi chiều lên,

Ngày ấy em như sương trong,

Nép trên bông hồng, mượt trên cánh nhung…..

Nhưng năm tháng vô tình,

Mà lòng người cũng vô tình…

Thôi bây giờ lại quay lại cái thuở học trò. Học chưa hết tiểu học ở trường làng, chiến tranh giữa Việt Minh và Pháp ngày một căng thẳng, bố tôi quyết định xin thôi việc để đưa gia đình về Sài Gòn (lúc đó vào khoảng năm 1955). Và từ đây tôi đã được học những năm chót tiểu học ở cái trường bé nhỏ nằm trên đường Hiền Vương cũ mang tên Trường Tiểu Học Hải Vân. Nơi đây tôi đã được may mắn gặp gỡ và được dạy dỗ bởi những Thầy và Cô Giáo giỏi và tận tụy. Thầy Phương, Thầy Quang, Cô Cúc…Chính nhờ những vị này mà tôi tạo được cho mình những căn bản học vấn rất cần thiết sau này nhất là môn Toán. Bây giờ ngồi đây nghĩ lại và ghi lại những dòng này, hình ảnh của các Thầy các Cô lúc nào cũng ăn mặc chỉnh tề tươm tất và việc dạy học luôn luôn chu đáo và nghiêm túc đó đã gieo vào trong tâm khảm cậu học trò bé nhỏ là tôi lúc bấy giờ những hạt mầm về tinh thần trách nhiệm và ngày nay những hình ảnh đó vẫn là những gương sáng nhắc nhở tôi trong những công việc thường nhật….

Và nơi đây cũng là lúc mà tôi biết …yêu.

Chữ yêu có thể cũng hơi quá to vì ngày đó tôi còn bé quá và ngày nay dù đã sống thật nhiều tôi cũng không dám quả quyết là dùng chữ này có đúng không. Người Pháp thì họ có thể gọi tôi là một đứa bé biết sớm (enfant précoce). Một điều chắc chắn, tôi đã bắt đầu để ý đến một cô bé cùng trường và hình ảnh tươi mát với gương mặt dịu hiền ấy đã làm tôi ngây ngất mỗi khi tôi nhìn cô bé đó đùa giỡn với bạn trong giờ ra chơi. Nhưng rồi thời gian qua đi và chúng tôi lên trung học, mỗi đứa đi một nẻo. Tôi thì may mắn thi đậu vào trường Trung Học Nguyễn Trãi.

Cô bé thật xinh (và hình như có cái má lúm đồng tiền) đó năm sau đậu vào trường nữ trung học nổi tiếng ở Sài Gòn là trường Trưng Vương. Mặc dù là bạn học, chúng tôi chia tay và không còn liên lạc với nhau nữa. Và ở cái tuổi 10 hay 11 đó còn cả trăm ngàn chuyện phải lo, với bao nhiêu gánh nặng bố mẹ mình đặt lên mình, cái ngây ngất của cái "thuở ban đầu lưu luyến ấy" cũng bị xoá đi nhạt nhoà trong cuộc sống có nhiều tranh đua. Vậy mà có những năm về sau này khi có dịp gặp lại nàng, thướt tha trong chiếc áo dài trắng của người nữ học sinh, tim tôi lại đập lại với tốc độ nhanh. Nhưng chúng tôi chỉ chào nhau vả hỏi thăm nhau như bạn học thuở thiếu thời và riêng tôi thì vẫn tiếp tục ôm cái ngây ngất đó cho riêng mình và không dám bao giờ thổ lộ cho nàng biết là mình đang…yêu (lại cái chữ "yêu" phải gió này). Và mối tình câm của tôi đã chấm dứt một cách phũ phàng khi tôi hay tin tôi đã được chọn là thí sinh đi du học trong chương trình học bổng Colombo. Mấy năm sau, trong lúc còn đi học ở Canada, tôi được tin em lấy chồng…

Nếu biết rằng tôi đã có chồng

Trời ơi người ấy có buồn không…

Và tôi thì lúc đó đang mải mê đèn sách, vừa lo học vừa lo phấn đấu trong đời sống mới du học nơi xứ lạ quê người….

Và rồi cũng bẵng đi mấy chục năm…

Đùng một hôm…Cái đùng vô cùng nguy hiểm này… Lúc này tôi đã có gia đình, cẩn thận nhé…Đùng một hôm… Xin các bạn đừng vội lo lắng cho tôi hoặc cho nàng…

Không có gì nguy hiểm như: "nhưng không chết người trai khói lửa mà chết người em nhỏ hậu phương"...hoặc trớ trêu làm tan nát cõi lòng như "không không bố tôi đêm tối mới về, không không bố tôi đêm tối mới về...". Chỉ có mỗi một chuyện thôi: đùng một hôm tôi vớ được quyển tập san Trưng Vương của một buổi họp mặt ở Houston và guess what, các bạn có thể đoán được ngay. Tôi lật vài trang coi sơ mà không ngờ tôi bất chợt lật đúng trang có tấm hình lớn chụp các cô Trưng Vương cùng lớp trong đó có ...hình nàng với chú thích tên tuổi đầy đủ. May thay tim tôi không còn đập rạo rực như xưa nữa vì tim này đã hầu như không còn biết thổn thức nữa. Nhờ vào địa chỉ trong tập san Trưng Vương, tôi đã viết thơ cho nàng và cuối cùng hai vợ chồng tôi đã dừng lại ở một thị trấn thuộc vùng ngoại ô Paris thăm gia đình nàng trong chuyến đi thăm con gái chúng tôi lúc đó đang làm việc ở Châu Phi...

Bây giờ tôi xin tạm gác cái chuyện này sang một bên để nói tiếp về những năm học ở Nguyễn Trãi. Những năm nhiều kỷ niệm đẹp, nhẹ nhàng, trong sáng, hồn nhiên.

Chúng tôi là những học sinh may mắn. Được các Thầy và các Cô giỏi và tận tụy giáo huấn. Những hình ảnh mà tôi vẫn ghi nhớ mãi là những buổi ra chơi. Sân trường (lúc đó là trường tạm, nằm trên đường Phan Đình Phùng gần đài phát thanh Sài Gòn) rộng thênh thang. Chúng tôi thường hay tụ họp để chạy đuổi, hoặc chơi đánh bông vụ trong sân. Hoặc những năm về sau học ở những lớp cao hơn, chúng tôi thường đi với nhau từng nhóm dọc hành lang trong giờ ra chơi, vừa đi vừa hàn huyên về chuyện đời, chuyện học, chuyện vui chơi, chuyện đàn hát và chuyện ăn uống...Chúng tôi chỉ một lớp bé nhỏ ấy (độ khoảng xấp xỉ hơn 50 đứa) mà thời gian 4, hoặc 5, hoặc 6 hoặc 7 năm trung học sống cạnh nhau đó đã tạo cho chúng tôi những tình cảm rất tha thiết và tình bạn đó không thể nào quên...

Và tự nhiên đến đây, bài hát của cố nhạc sĩ Hoàng Thi Thơ lại đi qua đầu tôi, xin chép lại để các bạn cùng hát chung nhé:

...Quên sao đành, và quên sao

đành quên sao đành bao ân tình cũ,

sao đành quên người xưa mãi mong chờ.

Quên sao đành, và quên sao

đành bao kỷ niệm ngày xưa còn đó

dẫu rằng thời gian lướt qua hững hờ...

Thật thế, chúng tôi đã không quên nhau, hơn 50 năm sau dù thời gian có lướt qua hững hờ, chúng tôi đã tìm lại nhau và đã làm được một cuộc họp mặt gặp lại nhau tại nhà anh Cao Đắc Vinh hè năm 2009 (một cuộc gặp gỡ đầy tình người tại Irvine California tháng 06 năm 2009) và gần như 15 đứa trong chúng tôi, với sự hiện diện quý báu của Cô Giáo An Hà Châu, đã nói lên được tất cả những cảm tình trân quý của một tình bạn đã được nhen nhúm dưới mái trường Nguyễn Trãi thân yêu, khi chúng tôi lần đầu gặp nhau ở cái lớp đệ thất B4 năm 1958. Tấm hình kèm theo đây chỉ là một tấm hình tiêu biểu thôi vì trên hình còn thiếu rất nhiều các bạn lúc đó vắng mặt hoặc chưa đến và tôi xin thành thật xin lỗi tất cả những bạn NT và phu nhân không có trên hình.

Đến đây thơ cũng đã khá dài, bạn cho tôi tạm ngừng nhé.

Thơ tới tôi sẽ có dịp tản mạn thêm về những chủ đề khác trong cuộc sống.

Chúc các bạn một ngày vui.

TẢN MẠN VỀ HAI CHỮ THAM NHŨNG...

Hai chữ "tham nhũng" được dịch là "lợi dụng quyền hành để nhũng nhiễu dân và lấy của" theo Từ Điển Tiếng Việt do Viện Ngôn Ngữ Học ở Hà Nội xuất bản năm 1992. Chữ "tham" thì chúng ta thường nghe nói đến và chúng ta phần lớn đều biết nghĩa chữ này. Trong năm nguyên nhân đưa đến cái khổ theo triết lý nhà Phật, tham đứng đầu. Trong văn chương bình dân Việt Nam, chữ tham thường đi với những chữ khác như tham lam, tham ăn, tham quyền cố vị, tham thực cực thân, tham ái v.v...Còn chữ "nhũng" thì it khi chúng ta nghe hay dùng đến. Các bạn sinh trưởng ngoài Bắc hay nói "nhũng nha nhũng nhẵng" để nói về tính tình dằng dai không dứt khoát. Ngoài ra có chữ "nhũng nhiễu" tức là quấy rầy đòi hỏi hạch sách như trường hợp các vị quan cầm quyền "nhũng nhiễu" dân.

Theo từ điển Bách Khoa Toàn Thư của Wikipedia trên mạng thì Tổ Chức Minh Bạch Quốc Tế (MBQT, Transparency International – TI) định nghĩa tham nhũng là "hành vi của người lạm dụng chức vụ, quyền hạn, hoặc cố ý làm trái pháp luật để phục vụ cho lợi ích cá nhân". Tổ chức MBQT có làm một cuộc thăm dò tình trạng tham nhũng trong 159 nước và công bố kết quả đầu tiên năm 2005 theo đó cho thấy gần 70% các nước được thăm dò có tính trạng tham nhũng nghiêm trọng. Một kết quả đáng buồn. Và lại buồn hơn khi thấy nước Việt Nam yêu quý của chúng ta nằm trong số 60 quốc gia cuối bảng.

Hai câu hỏi đi qua đầu tôi khi viết đến đây nhưng tôi sẽ đợi một dịp khác để bàn về hai câu hỏi này, đó là: (1) nguồn gốc của tham nhũng, và (2) biện pháp chống tham nhũng. Trở lại kết quả thăm dò của MBQT, chúng ta nhận thấy là đại đa số các nước nghèo là những nước có tình trạng tham nhũng kinh hoàng nhất. Các bạn chắc chưa quên tên những chính trị gia tham nhũng nhất thế giới trong thập niên 90 như các ông cựu tổng thống Mobutu Sese Seko của Cộng Hoà Dân Chủ Congo (biển thủ từ 5 đến 8 tỉ đô la US), Suharto của Indonesia (tài sản bằng nửa tổng sản phẩm quốc nội), Ferdinand Marcos của Phi Luật Tân (biển thủ 100 tỉ đô la US), Alberto Fujimori của Peru (biển thủ hàng trăm triệu đô la) …

Thật ra thì tôi không phải là một nhà nghiên cứu về vấn đề tham nhũng. Sở dĩ vấn đề này đập vào mắt tôi là vì tôi đang sống ở Cameroun và ở đây nhà nước đang có chiến dịch truy lùng những viên chức cao cấp dính liếu đến những vụ tham nhũng trầm trọng (chiến dịch mang tên Opération Épervier hay dịch nôm na là chiến dịch Chim Bồ Cắt). Không đi vào tính cách chính trị của sự truy lùng này, cảnh sát quốc gia đã khởi tố, xét xử và lên án hai tổng thư ký Phủ Tổng Thống, bốn vị bộ trưởng và 10 ông giám đốc các ngành, trong đó có cựu đại sứ Cameroun ở Washington. Trong vòng 10 năm, kết quả chiến dịch Chim Bồ Cắt cho thấy qua 14 vụ khởi tố, các viên chức cao cấp này đã biển thủ cả thảy 215 tỉ đồng FCFA (= 215,000,000,000 FCFA) (1 USD = 500 FCFA), một số tiền vô cùng lớn nếu chúng ta so lương tháng của một giáo viên ở đây là khoảng từ 50,000 FCFA đến 100,000 FCFA một tháng. Đa số những viên chức cao cấp này đều lãnh những án tù khá đích đáng (từ 10 năm đến 15 năm tù giam cho những vị nào biển thủ dưới 100 triệu và cao nhất là 40 năm tù cho ông giám đốc nhà băng Crédit Foncier du Cameroun, biển thủ 9 tỉ quan CFA). Hiện tại vẫn còn nhiều vụ chưa được xét xử xong. Và trong những người đang bị truy lùng và chưa bắt được, có ông Bộ Trưởng Bộ Công Chánh, biển thủ 7 tỉ quan CFA. Các bạn nào muốn biết tường tận hơn về những vụ án tham nhũng nghiêm trọng của xứ Cameroun có thể tìm đọc tờ báo Jeune Afrique số 2553, xuất bản ngày 13 tháng 12 năm 2009.

Khi đọc những hàng chữ trong tờ Jeune Afrique, tôi cảm thấy tức giận những "ông lớn" xứ này sao có thể nhẫn tâm đến như vậy và đồng thời tôi cũng thấy thương xót người dân nghèo và lam lũ xứ Cameroun. Tôi nói đến sự nghèo đói lam lũ ở Cameroun là tôi nói có sách mách có chứng. Tức là tôi đã nhìn thấy tận mắt khi được dịp đi sâu vào đời sống người dân ở đây qua những việc làm từ thiện mà nhóm chúng tôi (hội những người phối ngẫu ngoại quốc có vợ hay chồng làm việc ở xứ này) đã và đang thực hiện.

Sau bài báo đăng trên Jeune Afrique đó tôi mới tự đặt câu hỏi: thế thì Việt Nam mình thì sao? Và tôi xin kể sơ ở đây những gì tôi đọc được.

Trước tiên, xin các bạn nghe ông Tổng Thanh Tra Chính Phủ của nước CHXHCN Việt Nam, Trần Văn Truyền, một quan chức hàng đầu về chống tham nhũng, phát biểu trong một cuộc họp báo ở Hà Nội: "...Việt Nam coi việc chống tham nhũng là quốc sách, là sự nghiệp quan trọng liên quan đến sự sống còn của chế độ. Việt Nam đã cam kết và sẽ thực hiện đầy đủ các công việc mà Công Ước Liên Hiệp Quốc đã đề ra..." (ghi chú: Việt Nam đã cùng đại diện 95 quốc gia khác ký Công Ước này tại Đại Hội Đồng LHQ ngày 11/12/2003).

Một điều tôi phải nói ngay là mặc dù nhà nước Việt Nam (VN) từng tuyên bố rằng việc chống tham nhũng là mục tiêu hàng đầu, những vụ tham nhũng đầy tai tiếng trong 5 năm gần đây nhất cho thấy nhà cầm quyền VN không đủ quyết tâm để giải quyết tệ nạn này. Một số dư luận cho là công cuộc chống tham nhũng có thể đạt hiệu quả hơn nếu luật pháp VN minh bạch, và nhất là nếu người tố cáo được bảo vệ, và đặc biệt là các thông tin liên quan đến chi tiêu của các cơ quan công quyền phải được thanh tra và công bố rộng rãi.

Gần đây dư luận trong và nhất là ngoài nước đã vô cùng thất vọng trước lời tuyên bố của Chủ Tịch nước VN Nguyễn Minh Triết (NMT) trong bài diễn văn ông đọc trước hơn 800 đại biểu Việt kiều họp tại Hà Nội đầu năm 2010 và tôi xin trích nguyên văn lời nói của Chủ Tịch NMT sau đây để chúng ta cùng suy ngẫm: "...Chúng ta từ một nước trong chiến tranh, chưa có những cái kinh nghiệm trong quản lý, và ở nước người ta đó thì muốn tiêu cực, muốn tham nhũng cũng khó, vì hệ thống luật pháp nó chặt chẽ. Còn ở Việt Nam của mình, thì có khi không muốn tham cũng động lòng tham, cái người thủ quỹ cứ giữ tiền khư khư, ở quỹ lúc nào cũng có số dư, cho nên lúc bí quá thì em mượn một chút, mượn không thấy ai đòi hết, thì em mượn thêm. Chứ không phải người Việt Nam tham nhũng nhứt thế giới, không phải vậy! Cho nên tui đề nghị quí vị ở nước ngoài khi nghe những thông tin này, rồi nhìn về Việt Nam cũng đừng có hốt hoảng, cứ nghĩ rằng trong nước mình tiêu cực quá... Mấy hồi sao mấy ổng oánh giặc sao giỏi thế? Mà bây giờ ổng tiêu cực thế... Đây là quy luật muôn đời. Con người ta, trong mỗi người, ai cũng có hỉ, nộ, ái, ố hết chơn. Chúng ta là con một nhà, là con Lạc, cháu Hồng, cùng một bọc trứng sinh ra, trên thế giới này ít nơi nào có cái đó lắm..." (Hết trích).

Một vị Chủ Tịch nước mà phát biểu như vậy về tham nhũng. Tôi thấy không còn chỗ nào để nói.

Và đây là tình hình VN về tham nhũng: theo báo cáo chính thức của Ban Chỉ Đạo Trung Ương về phòng chống tham nhũng, năm 2007, cả nước phát hiện 584 vụ với gần 1300 người có hành vi tham nhũng, gây thiệt hại hơn 860 tỉ đồng VN (= 860,000,000,000 đồng) (1 USD = 20,000 đồng VN). Trong 584 vụ này, nhà nước chỉ mới đưa ra xét xử 360 vụ. Việc xử lý các vụ tham nhũng tăng dần mỗi năm và tập trung nhiều ở những thành phố lớn như Hà Nội, Sài Gòn, Hải Phòng, Nghệ An, Thanh Hoá, Long An v.v...

Gần đây nhất, Thanh Tra Chính Phủ báo cáo Thủ Tướng kết quả 10 vụ với một giá trị sai phạm tổng cộng là gần 360 tỉ đồng VN. Những vụ được lên báo rầm rộ nhất là:

+ Vụ PMU 18: câu chuyện PMU 18, tổng giám đốc cá độ bong đá nhiều triệu đô la Bùi Tiến Dũng, là cái nhọt tham nhủng mưng mủ lâu ngày trong hệ thống chính quyền VN đã vỡ ra. Cái tên PMU được viết tắt từ tiếng Anh (tức là ban quản lý các dự án 18 thuộc Bộ Giao Thông Vận Tải (BGTVT)). PMU 18 này là một ban quan trọng bậc nhất của BGTVT, quản lý hàng trăm triệu đô la Mỹ. Theo báo Tuổi Trẻ, PMU 18 đã làm thất thoát cả trăm tỉ đồng VN qua các dự án nâng cấp quốc lộ và xây dựng cầu đường. Dân chúng vô cùng xôn xao khi nghe tin ông TGĐ Bùi Tiến Dũng (BTD) mang 7 triệu đô đi dánh bạc, tiền đi vay nước ngoài để xây dựng cầu đường. Khi bị bắt để chờ ngày xét xử, ông BTDlại còn dung khoảng 1 tỉ đồng đi hối lộ cơ quan điều tra để chạy án! Theo báo VNNet, BGT-VT đã quyết định đình chỉ nhiều chức trách quan trọng mà thứ trưởng Nguyễn Việt Tiến đang nắm giữ. Cho đến nay vụ PMU 18 có 5 nhân vật bị khởi tố và lãnh án: Bùi Tiến Dũng (16 năm tù), VũMạnh Tuyên (9 năm tù), Lê Thị Thanh Hoà (36 tháng tù treo), Nguyễn Thanh Sơn (2 năm tù treo), Bùi Thu Hạnh (14 tháng 5 ngày tù treo).

+ Vụ PCI Nhật hối lộ PMU Việt Nam: năm 2008, ông Huỳnh Ngọc Sỹ, giám đốc ban quản lý dự án đại lộ Đông Tây, bị bắt. Báo chí Nhật tố giác ông ăn hối lộ 820,000 đô la US từ công ty tư vấn Nhật PCI (Pacific Consultants International). Công tố viện Nhật khẳng định PCI đã cam kết đưa ông Sỹ tổng cộng 2.6 triệu USD. Xin đón xem vụ xử ông Huỳnh Ngọc Sỹ sắp tới đây.

+ Vụ nhân viên sứ quán VN ở Nam Phi buôn lậu sừng

tê giác: dư luận trong nước chắc cảm thấy nhục nhã cho ngành ngoại giao VN? Bản tin của đài truyền hình Nam Phi SABC phát hình đoạn băng cảnh nhân viên TĐSVN tại thủ đô Pretoria đang giao dịch mua bán sừng tê giác vơi một tay buôn lậu trước cửa sứ quán. Trước chứng cớ rõ ràng, đại sứ VN Trần Duy Thái phải xác nhận người xuất hiện trong đoạn băng chính là bà Bí Thư thứ nhất Vũ Mộc Anh.

+ Vụ mua sắm thiết bị ở 38 bưu điện tỉnh và các thành phố trên toàn quốc do nhà buôn (trùm lừa đảo) Nguyễn Lâm Thái (NLT) cầm đầu. NLT đã hối lộ hơn 1 tỉ đồng cho giám đốc, phó giám đốc, trưởng phòng của cả thảy 9 bưu điện lớn.

+ Vụ Vietnam Airlines bao cho con một số lãnh đạo, bộ ngành đi du học không đủ tiêu chuẩn. Một cách hối lộ để xin đặc quyền khai thác các đường bay trong và ngoài nước.

+ Vụ tham nhũng ở Hóc Môn: tháng 08 năm nay, Toà Án Nhân Dân thành phố Sài Gòn đã xét xử hai vụ án tham nhũng liên quan đến Chủ Tịch Ủy Ban Nhân Dân huyện Nguyễn Văn Khoẻ. Ngoài 10 bị cáo truy tố về các tội lừa đảo, chiếm đoạt tài sản, nhận hối lộ, lợi dụng chức vụ, quyền hạn trong khi thi hành công vụ, Hội Đồng Xét Xử (HĐXX) còn triệu tập khoảng 60 cá nhân, đơn vị có liên quan đến vụ án. Theo cáo trạng, để xin được dự án khu dân cư và công nghiệp sạch với diện tích hơn 6,9 ha tại ấp 6, xã Đông Thạnh, Hóc Môn, vợ chồng Hà - Hòa với pháp nhân là Công ty Thành Phát, kết thân Trần Văn Tè (lúc đó là Chủ tịch UBND xã Đông Thạnh), Dương Minh

Trung (lúc đó là trưởng phòng tài chính, kế hoạch và đầu tư huyện Hóc Môn) và ông Nguyễn Văn Khỏe, lúc đó là Chủ tịch UBND huyện. Trong quá trình thực hiện dự án này, Công ty Thành Phát đã đưa hối lộ tổng cộng hơn 2,2 tỉ đồng, 5.000 USD; đồng thời tặng quà, cho mượn tiền tổng cộng nhiều tỉ đồng. Trả lời HĐXX, bị cáo Trần Thị Hà thừa nhận bị cáo trạng truy tố về các tội "lừa đảo chiếm đoạt tài sản", "đưa hối lộ" là đúng. Tuy nhiên, bị cáo đổ trách nhiệm cho Hòa: "Hòa tự đi thiết lập các mối quan hệ để cho dự án được phê duyệt. Bị cáo biết làm dự án cần phải có chi phí nên vay mượn đưa tiền cho Hòa nhiều lần. Khi số tiền quá lớn, bị cáo hỏi thì Hòa cho biết đã tiêu xài cá nhân, chi cho một số người như ông Tè, Trung, Khỏe". Sau khi vay được tiền của ngân hàng, Hà - Hòa mua 4.855m2 đất nông nghiệp cũng tại xã Đông Thạnh rồi san lấp, phân lô nhưng bị ông Khỏe phát hiện việc san lấp vi phạm nên ngăn chặn. Để thu hồi tiền đã đầu tư vào đây, Hà khai: "Bị cáo nói Hòa đi liên hệ với chính quyền. Hòa chi bao nhiêu, bị cáo không biết nhưng sau đó Tè ký khống mấy chục hợp đồng chuyển nhượng đất nông nghiệp này để bị cáo bán".

+ Vụ tham nhũng đất đai lớn nhất tại Sơn La: đây là vụ tham nhũng đất đai lớn nhất từ trước đến nay ở Sơn La. Lợi dụng chức trách, nhiệm vụ được giao trong quá trình thực hiện các dự án nâng cấp quốc lộ 6 thuộc địa bàn thành phố Sơn La, từ năm 2002 đến năm 2005, các bị cáo thực hiện việc kiểm kê, áp giá đền bù không đúng quy định. Tám bị cáo đều là cán bộ công chức nhà nước, đều am hiểu pháp luật, nhưng do vụ lợi cá nhân, đã làm trái các quy định, gây thiệt hại tài sản cho nhà nước gần 4,3 tỷ đồng. Toà án nhân dân tỉnh Sơn La tuyên phạt các bị cáo như sau: Nguyễn Văn Huấn, nguyên trưởng phòng quản lý đô thị, thị xã Sơn La (nay là thành phố Sơn La) 8 năm tù giam, với tội danh: "cố ý làm trái quy định của nhà nước về quản lý kinh tế gây hậu quả nghiêm trọng"; Nguyễn Văn Kế, cán bộ phòng quản lý đô thị thành phố Sơn La: 3 năm tù giam; Đặng Thị Nga, cán bộ phòng tài chính kế hoạch thành phố Sơn La: 3 năm tù cho hưởng án treo; Nguyễn Hữu Minh, chuyên viên phòng tài nguyên môi trường thành phố Sơn La: 1 năm tù giam; Đỗ Văn Chính, cán bộ ban quản lý dự án xây dựng công trình giao thông, sở giao thông vận tải Sơn La: 4 năm tù giam; Lê Bá Văn cán bộ trung tâm kỹ thuật tài nguyên môi trường, sở tài nguyên môi trường: 3 năm tù giam; Phạm Xuân Diệp, cán bộ ban quản lý dự án đầu tư xây dựng thành phố Sơn La: 30 tháng tù giam; Ngô Ngọc Thu, nguyên tiểu khu trưởng tiểu khu 4, phường Chiềng Sinh, thành phố Sơn La: 18 tháng tù treo.

+ Vụ cán bộ lãnh đạo thị xã Đồ Sơn - Hải Phòng mang hàng chục mảnh đất giá trị tiền tỉ đi chia chác: những người khiếu nại, tố cáo thì bị trù dập, khai trừ khỏi Đảng. Lên tới đỉnh điểm của sự hài hước là bản án sơ thẩm được tuyên với 50,000 đồng tiền án phí cho các bị cáo và hình thức nặng nhất là cảnh cáo. Mục đích của sự can thiệp của một số lãnh đạo ở Hải Phòng sẽ được làm sáng tỏ trong thời gian tới.

+ Vụ nhà công vụ biến thành nhà tư: do báo chí phát hiện, điều tra và đưa ra công luận đã khiến dư luận cả nước quan tâm. Vấn đề này được đưa lên bàn nghị sự của nhà nước. Ông Hoàng Văn Nghiên, ông Phan Văn Vượng không được TP Hà Nội bán cho 2 biệt thự mà 2 ông đang thuê ở; ông Lê Đức Thuý - Thống đốc ngân hàng nhà nước Việt Nam cũng đã phải trả lại nhà số 6 Lý Thái Tổ (Hà Nội) mua sai quy định. + Vụ siêu lừa Nguyễn Đức Chi: cùng dự án Rusalk, Nguyễn Đức Chi đã "thu gọn" diện tích 32 ha đất của tỉnh Khánh Hoà. Vụ này vẫn còn trong vòng xét xử.

Ngoài ra còn nhiều vụ đang lên báo những ngày gần đây là vụ Vinashin (công ty quốc doanh đóng tàu thủy) và những vụ án tham nhũng trong ngành giáo dục do bà Lê Hiền Đức (từ Hà Nội) phanh phui và lên tiếng.

Nguyễn Duy Vinh (cựu học sinh NT và CVA)

Yaoundé tháng 11 năm 2010

Nhân Ảnh

2023

Liên lạc tác giả:
vinhduynguyen66@gmail.com

Liên lạc Nhà xuất bản
Nhân Ảnh
E. mail: han.le3359@gmail.com
(408) 722-5626

www.ingramcontent.com/pod-product-compliance
Lightning Source LLC
LaVergne TN
LVHW040413051026
849517LV00002B/300
* 9 7 9 8 8 6 9 0 4 9 6 8 1 *